# JANG: LINH HỒN NẤU ẨM HÀN QUỐC

Khám phá tinh hoa của Jang trong ẩm thực Hàn Quốc qua 100 công thức nấu ăn nghệ thuật

Khánh Thông

Tài liệu bản quyền ©2024

Đã đăng ký Bản quyền

Không phần nào của cuốn sách này được phép sử dụng hoặc truyền đi dưới bất kỳ hình thức nào hoặc bằng bất kỳ phương tiện nào mà không có sự đồng ý thích đáng bằng văn bản của nhà xuất bản và chủ sở hữu bản quyền, ngoại trừ những trích dẫn ngắn gọn được sử dụng trong bài đánh giá . Cuốn sách này không nên được coi là sự thay thế cho lời khuyên về y tế, pháp lý hoặc chuyên môn khác.

# MỤC LỤC

- MỤC LỤC .................................................................................................. 3
- GIỚI THIỆU ............................................................................................... 6
- **DOENJANG (ĐẬU NÀNH LÊN MEN)** ..................................................... 7
  - 1. Rau hầm Doenjang/Doenjang-Jjigae ........................................... 8
  - 2. Thịt lợn nướng Maekjeok/Maekjeok ......................................... 10
  - 3. Súp bắp cải bò/Sogogi Baechu Doenjang-Guk ......................... 12
  - 4. Bossam Kimchi và Thịt Heo Luộc/Bossam ............................... 14
  - 5. Sốt Ssamjang ............................................................................... 17
  - 6. Kimchi cá thu/Godeungeo Kimchi-Jorim .................................. 19
  - 7. Súp sò điệp/Sigeumchi Doenjang-Guk ..................................... 21
  - 8. Doenjang Jjigae (Món hầm tương đậu nành) ........................... 23
  - 9. Doenjang Bulgogi (Thịt bò ướp tương đậu nành) ................... 25
  - 10. Doenjang Jjigae chay (Món đậu hầm Hàn Quốc) ................... 27
  - 11. Doenjang Bibimbap (Cơm trộn rau củ) ................................... 30
  - 12. Doenjang Chigae Bokkeum (Rau đậu nành xào) .................... 32
  - 13. Doenjang Gui (Hải sản nướng đậu nành) ............................... 34
  - 14. Canh Ramen Doenjang .............................................................. 36
  - 15. Gỏi Đậu Hũ Doenjang ............................................................... 38
  - 16. Bánh xèo Doenjang (Bindaetteok) ........................................... 40
- **GOCHUJANG (ĐỎ ĐỎ LÊN MEN)** ........................................................ 42
  - 17. Mì lạnh Gochujang .................................................................... 43
  - 18. Tteokbokki Xào Tương Ớt/Tteokbokki .................................... 45
  - 19. Tteok xiên sốt chua ngọt/Tteok-Kkochi ................................... 47
  - 20. Gà rán Hàn Quốc/Dakgangjeong .............................................. 49
  - 21. Cuộn mực với Crudités/Ojingeo-Mari ..................................... 52
  - 22. Salad củ cải trắng cay/Mu-Saengchae ..................................... 55
  - 23. Đậu phụ xay nhuyễn/Kimchi hầm ........................................... 57
  - 24. Bibimbap tự làm/Bibimbap ....................................................... 59
  - 25. Mì Kimchi lạnh/Bibim-Guksu ................................................... 61
  - 26. Thịt lợn Bulgogi/Dwaeji-Bulgogi .............................................. 63
- **CHEONGGUKJANG (ĐẬU NÀNH LÊN MEN NHANH)** ....................... 65
  - 27. Món hầm Cheonggukjang (Cheongukjang Jjigae) .................. 66
  - 28. Cơm trộn Cheonggukjang ......................................................... 68
  - 29. Bánh xèo Cheonggukjang (Cheongukjang Buchimgae) ......... 70
  - 30. Mì Cheonggukjang (Cheongukjang Bibim Guksu) .................. 72
  - 31. Cơm chiên Cheonggukjang và Kimchi ..................................... 74
  - 32. Cheonggukjang và rau xào ....................................................... 76
- **SSAMJANG (SỐT CHẤM)** ..................................................................... 78
  - 33. Bò Bulgogi Ssambap (Bulgogi Ssambap) ................................ 79
  - 34. Thịt lợn nướng Hàn Quốc (Samgyeopsal) .............................. 81
  - 35. Món Cuốn Bụng Thịt Heo Ssamjang (Samgyeopsal Ssam) .... 84

   36. Đậu Hủ Ssamjang Cuốn xà lách ............................................................86
   37. Cơm Bò Ssamjang ..................................................................................88
   38. Đĩa rau Ssamjang ...................................................................................90
## CHUNJANG (SỐT ĐẬU ĐEN) ...................................................... 92
   39. Tteokbokki sốt đậu đen/Jjajang-Tteokbokki .........................................93
   40. Jajangmyeon (Mì đậu đen) ....................................................................95
   41. Jajangbap (Cơm đậu đen) .....................................................................97
   42. Jajang Tteokbokki (Bánh gạo đậu đen) ..................................................99
   43. Jajang Mandu (Bánh bao đậu đen) .....................................................101
## YANGNYEOM JANG (SỐT ĐẬU NÀNH THEO MÙI) ................. 103
   44. Nước sốt cay/Maeun Yangnyeomjang ................................................104
   45. Nước xốt thịt nướng/Bulgogi Yangnyeom .........................................106
   46. Cánh gà Yangnyeom Jang ...................................................................108
   47. Đậu phụ xào Yangnyeom Jang ...........................................................110
   48. Tôm xiên nướng Yangnyeom Jang .....................................................112
   49. Nước chấm bánh bao Yangnyeom Jang .............................................114
   50. Thịt bò xào Yangnyeom Jang .............................................................116
   51. Thịt xiên cá hồi Yangnyeom Jang ......................................................118
   52. Mì Yangnyeom Jang ............................................................................120
   53. Đậu hũ xiên Yangnyeom Jang ............................................................122
## MAESIL JANG (SỐT MẬN) ....................................................... 124
   54. Cánh gà tráng men Maesil Jang .........................................................125
   55. Sốt Salad Maesil Jang .........................................................................127
   56. Cá hồi tráng men Maesil Jang ............................................................129
   57. Trà đá Maesil Jang ..............................................................................131
   58. Rau xào Maesil Jang ...........................................................................133
   59. Thịt lợn xào Maesil Jang ....................................................................135
   60. Sườn BBQ Maesil Jang .......................................................................137
   61. Trà nóng ngâm gừng và Maesil Jang .................................................139
## MATGANJANG (SỐT ĐẬU NÀNH THEO GIÀU) ....................... 141
   62. Cơm Chiên Tôm Dứa/Bánh Bokkeumbap Hawaii ..............................142
   63. Bò Hàn Quốc Tartare/Yukhoe ............................................................144
   64. Nấm xào/Beoseot-Bokkeum ..............................................................146
   65. Củ sen chua ngọt/Yeongeun-Jorim ...................................................148
   66. Súp thịt bò và rau cay/Yukgaejang ...................................................150
   67. Củ cải trắng xào/Mu-Namul ..............................................................152
   68. Đậu xanh xào/Đậu xanh Bokkeum ....................................................154
   69. Gỏi Đậu Phụ/Dubu-Salad ..................................................................156
   70. Cá chiên/Salad Seangseon-Tuigim ....................................................158
   71. Tteokbokki sốt đậu nành/Ganjang-Tteokbokki .................................160
   72. Súp rong biển đá/Miyeok-Naengguk .................................................162
   73. Cá tráp hấp/Domi-Jjim .......................................................................164
   74. Rau bina mè/Sigeumchi-Namul .........................................................167

# MỤC LỤC

- **MỤC LỤC** ........................................................................................... 3
- **GIỚI THIỆU** ...................................................................................... 6
- **DOENJANG (ĐẬU NÀNH LÊN MEN)** ......................................... 7
  - 1. Rau hầm Doenjang/Doenjang-Jjigae ................................. 8
  - 2. Thịt lợn nướng Maekjeok/Maekjeok ............................... 10
  - 3. Súp bắp cải bò/Sogogi Baechu Doenjang-Guk ............. 12
  - 4. Bossam Kimchi và Thịt Heo Luộc/Bossam ................... 14
  - 5. Sốt Ssamjang .......................................................................... 17
  - 6. Kimchi cá thu/Godeungeo Kimchi-Jorim ...................... 19
  - 7. Súp sò điệp/Sigeumchi Doenjang-Guk ......................... 21
  - 8. Doenjang Jjigae (Món hầm tương đậu nành) ............. 23
  - 9. Doenjang Bulgogi (Thịt bò ướp tương đậu nành) ..... 25
  - 10. Doenjang Jjigae chay (Món đậu hầm Hàn Quốc) ..... 27
  - 11. Doenjang Bibimbap (Cơm trộn rau củ) ....................... 30
  - 12. Doenjang Chigae Bokkeum (Rau đậu nành xào) ..... 32
  - 13. Doenjang Gui (Hải sản nướng đậu nành) .................. 34
  - 14. Canh Ramen Doenjang ..................................................... 36
  - 15. Gỏi Đậu Hũ Doenjang ....................................................... 38
  - 16. Bánh xèo Doenjang (Bindaetteok) ............................... 40
- **GOCHUJANG (ỚT ĐỎ LÊN MEN)** ............................................ 42
  - 17. Mì lạnh Gochujang ............................................................ 43
  - 18. Tteokbokki Xào Tương Ớt/Tteokbokki ....................... 45
  - 19. Tteok xiên sốt chua ngọt/Tteok-Kkochi ..................... 47
  - 20. Gà rán Hàn Quốc/Dakgangjeong .................................. 49
  - 21. Cuộn mực với Crudités/Ojingeo-Mari ......................... 52
  - 22. Salad củ cải trắng cay/Mu-Saengchae ........................ 55
  - 23. Đậu phụ xay nhuyễn/Kimchi hầm ............................... 57
  - 24. Bibimbap tự làm/Bibimbap ........................................... 59
  - 25. Mì Kimchi lạnh/Bibim-Guksu ........................................ 61
  - 26. Thịt lợn Bulgogi/Dwaeji-Bulgogi ................................. 63
- **CHEONGGUKJANG (ĐẬU NÀNH LÊN MEN NHANH)** ......... 65
  - 27. Món hầm Cheonggukjang (Cheongukjang Jjigae) ... 66
  - 28. Cơm trộn Cheonggukjang .............................................. 68
  - 29. Bánh xèo Cheonggukjang (Cheongukjang Buchimgae) .......... 70
  - 30. Mì Cheonggukjang (Cheongukjang Bibim Guksu) ... 72
  - 31. Cơm chiên Cheonggukjang và Kimchi ....................... 74
  - 32. Cheonggukjang và rau xào ............................................ 76
- **SSAMJANG (SỐT CHẤM)** ......................................................... 78
  - 33. Bò Bulgogi Ssambap (Bulgogi Ssambap) .................. 79
  - 34. Thịt lợn nướng Hàn Quốc (Samgyeopsal) ................ 81
  - 35. Món Cuốn Bụng Thịt Heo Ssamjang (Samgyeopsal Ssam) ......... 84

36. Đậu Hủ Ssamjang Cuốn Xà Lách ..........................................................86
37. Cơm Bò Ssamjang .................................................................................88
38. Đĩa rau Ssamjang ...................................................................................90

## CHUNJANG (SỐT ĐẬU ĐEN) ...........................................................92
39. Tteokbokki sốt đậu đen/Jjajang-Tteokbokki .......................................93
40. Jajangmyeon (Mì đậu đen) ....................................................................95
41. Jajangbap (Cơm đậu đen) .....................................................................97
42. Jajang Tteokbokki (Bánh gạo đậu đen) ................................................99
43. Jajang Mandu (Bánh bao đậu đen) .....................................................101

## YANGNYEOM JANG (SỐT ĐẬU NÀNH THEO MÙI) ...............103
44. Nước sốt cay/Maeun Yangnyeomjang ...............................................104
45. Nước xốt thịt nướng/Bulgogi Yangnyeom .........................................106
46. Cánh gà Yangnyeom Jang ...................................................................108
47. Đậu phụ xào Yangnyeom Jang ...........................................................110
48. Tôm xiên nướng Yangnyeom Jang .....................................................112
49. Nước chấm bánh bao Yangnyeom Jang .............................................114
50. Thịt bò xào Yangnyeom Jang ..............................................................116
51. Thịt xiên cá hồi Yangnyeom Jang ......................................................118
52. Mì Yangnyeom Jang .............................................................................120
53. Đậu hũ xiên Yangnyeom Jang ............................................................122

## MAESIL JANG (SỐT MẬN) .............................................................124
54. Cánh gà tráng men Maesil Jang .........................................................125
55. Sốt Salad Maesil Jang ..........................................................................127
56. Cá hồi tráng men Maesil Jang ............................................................129
57. Trà đá Maesil Jang ...............................................................................131
58. Rau xào Maesil Jang ............................................................................133
59. Thịt lợn xào Maesil Jang .....................................................................135
60. Sườn BBQ Maesil Jang .......................................................................137
61. Trà nóng ngâm gừng và Maesil Jang ................................................139

## MATGANJANG (SỐT ĐẬU NÀNH THEO GIÀU) .......................141
62. Cơm Chiên Tôm Dứa/Bánh Bokkeumbap Hawaii ..........................142
63. Bò Hàn Quốc Tartare/Yukhoe ...........................................................144
64. Nấm xào/Beoseot-Bokkeum ...............................................................146
65. Củ sen chua ngọt/Yeongeun-Jorim ...................................................148
66. Súp thịt bò và rau cay/Yukgaejang ....................................................150
67. Củ cải trắng xào/Mu-Namul ..............................................................152
68. Đậu xanh xào/Đậu xanh Bokkeum ...................................................154
69. Gỏi Đậu Phụ/Dubu-Salad ..................................................................156
70. Cá chiên/Salad Seangseon-Tuigim ...................................................158
71. Tteokbokki sốt đậu nành/Ganjang-Tteokbokki ..............................160
72. Súp rong biển đá/Miyeok-Naengguk ...............................................162
73. Cá tráp hấp/Domi-Jjim ......................................................................164
74. Rau bina mè/Sigeumchi-Namul ........................................................167

75. Cá tuyết cuộn/Seangseon-Marigui ....................................................169

## GANJANG (SỐT ĐẬU NÀNH) ........................................................... 171
76. Cơm chiên kim chi/Kimchi Bokkeumbap ....................................172
77. Salad Surimi/Keuraemi-Salad ....................................................174
78. Chả Bò Hàn Quốc/Tteokgalbi ....................................................176
79. Sườn nướng thái mỏng/La Galbi ................................................178
80. Salad xà lách sốt kim chi/Sangchu-Geotjeori .............................180
81. Salad tỏi tây/Pa-Muchim ...........................................................182
82. Bát trứng tráng và cá ngừ/Chamchi-Mayo-Deobpab ...................184
83. Thịt bò Japchae/Japchae ............................................................186
84. Bún rong biển/Gimmari ..............................................................189
85. Sốt Mat Ganjang/Mat Ganjang ..................................................192
86. Gà kho Hàn Quốc/Dakbokkeumtang ..........................................194
87. Thịt bò Jangjorim/Sogogi Jangjorim ..........................................196
88. Dưa chuột muối tương/Oi Jangajji .............................................198
89. Kimchi Gimbap/Kimchi-Kimbap .................................................200

## SỐT CÁ CƠ LÊN MEN ................................................................... 203
90. Bánh xèo kimchi/Kimchijeon ......................................................204
91. Bò sốt nấm bí xanh ....................................................................206
92. Bí ngòi xào/Hobak-Namul ..........................................................208
93. Kim chi bắp cải/Baechu-Kimchi .................................................210
94. Kim chi dưa leo/Oi-Sobagi ..........................................................213
95. Kim chi củ cải trắng/Kkakdugi ...................................................216
96. Kimchi hẹ/Pa-Kimchi ..................................................................218
97. Kim chi trắng ..............................................................................220
98. Thịt lợn xào kim chi/Kimchi-Jeyuk .............................................223
99. Kimchi hầm/Kimchi-Jjigae ..........................................................225
100. Salad bắp cải sốt kimchi/Baechu-Geotjeori ..............................227

## KẾT LUẬN ...................................................................................... 229

# GIỚI THIỆU

Ẩm thực Hàn Quốc là một tấm thảm của hương vị, mùi thơm và truyền thống, mỗi sợi chỉ dệt nên một di sản ẩm thực phong phú đã làm say đắm những người đam mê ẩm thực trên toàn cầu. Trọng tâm của hành trình ẩm thực này là yếu tố then chốt tạo nên linh hồn của ẩm thực Hàn Quốc—Jang. Trong "Jang: Linh hồn của món ăn Hàn Quốc", chúng tôi bắt tay vào khám phá nguyên liệu thiết yếu này, khám phá những sắc thái, ý nghĩa và vũ điệu nghệ thuật mà nó thể hiện trong vô số công thức nấu ăn. Jang, một thuật ngữ bao gồm nhiều loại nước sốt và bột nhão lên men khác nhau, đã trở thành nền tảng của nghề thủ công ẩm thực Hàn Quốc trong nhiều thế kỷ. Sức mạnh biến đổi của nó không chỉ nâng cao hương vị của món ăn mà còn kết nối các thế hệ thông qua việc bảo tồn các kỹ thuật lâu đời. Khi đi sâu vào cuộc phiêu lưu ẩm thực này, chúng ta bắt gặp tài năng nghệ thuật của các đầu bếp Hàn Quốc, những người đã khéo léo sử dụng Jang để tạo ra những món ăn vừa truyền thống vừa đổi mới. Khía cạnh nghệ thuật của ẩm thực Hàn Quốc được thể hiện qua 100 công thức nấu ăn được tuyển chọn tỉ mỉ, mỗi công thức đều là minh chứng cho sự linh hoạt của Jang. Những công thức nấu ăn này trải rộng trên nhiều khả năng ẩm thực, từ những món ăn cổ điển truyền thống đã vượt qua thử thách của thời gian cho đến những sáng tạo đương đại vượt qua ranh giới của hương vị. Qua lăng kính của những công thức nghệ thuật này, độc giả được mời chứng kiến sự kết hợp giữa truyền thống và đổi mới, tất cả gắn kết với nhau bởi sự hiện diện thống nhất của Jang.

"Jang: Linh hồn nấu ăn Hàn Quốc" không chỉ là bộ sưu tập các công thức nấu ăn; đó là một bản giao hưởng ẩm thực tôn vinh sự kết hợp giữa hương vị, nhịp điệu của truyền thống và sự hài hòa của sự đổi mới. Khi chúng ta lướt qua tấm thảm rực rỡ của ẩm thực Hàn Quốc, các trang trở nên sống động với sức hấp dẫn về mặt hình ảnh và ẩm thực của các món ăn thể hiện tinh thần của Jang. Cuộc khám phá này là lời ca ngợi những nghệ nhân đã bảo tồn và phát triển di sản của Jang, truyền lại kiến thức của họ từ thế hệ này sang thế hệ khác. Thông qua sự cống hiến của họ, chúng ta được mời thưởng thức tinh hoa ẩm thực Hàn Quốc—một vũ điệu của hương vị vượt thời gian và biên giới.

# DOENJANG (Đậu nành lên men)

# 1.Rau hầm Doenjang / Doenjang-Jjigae

## THÀNH PHẦN:
- 600ml (2 cốc) nước
- dasima vuông 12cm (4½ inch) (kombu)
- 1 củ cà rốt
- 1 củ hành tây
- ½ quả bí xanh ( bí xanh )
- ½ tỏi tây (phần trắng)
- 150g (5½ oz ) nấm mangdak ( shimeji ) hoặc nấm nút
- ½ quả ớt xanh
- 100g (3½ oz ) tương đậu nành lên men doenjang
- 250g (9 oz ) đậu phụ cứng
- 1 thìa cà phê gochugaru bột ớt (tùy chọn)

## HƯỚNG DẪN:
a) Đun nóng nước trong chảo ở nhiệt độ cao. Làm sạch miếng rong biển dasima dưới vòi nước chảy rồi cho vào nồi.

b) Cắt cà rốt thành từng miếng vuông dày 1 cm (½ inch). Cắt nhỏ hành tây. Khi nước sôi, thêm cà rốt và hành tây.

c) Cắt bí xanh thành từng miếng vuông dày 1,5 cm (⅝ inch) và thêm chúng vào nước dùng ngay khi nước sôi tiếp tục. Nấu trong 10 phút. Trong khi đó, cắt tỏi tây thành những lát chéo dày 1 cm (½ inch) và đậu phụ thành những miếng nhỏ.

d) Hình khối dày 2 cm (¾ inch). Cắt bỏ thân nấm mangdak và rửa sạch (đối với nấm nút, cắt thành từng phần tư). Cắt ớt thành từng đoạn dày 1 cm (½ inch) và rửa sạch dưới vòi nước chảy trong khi loại bỏ hạt.

e) Sau 10 phút, thêm doenjang , tỏi tây, nấm, đậu phụ và ớt . Khi sôi tiếp tục, đun nhỏ lửa trong 5 phút. Hoàn tất việc gia vị bằng cách thêm nhiều doenjang theo sở thích của bạn. Để có phiên bản cay hơn, hãy thêm gochugaru bột ớt .

## 2. Thịt lợn nướng Maekjeok / Maekjeok

## THÀNH PHẦN:
- 600ml (2 cốc) nước
- dasima vuông 12cm (4½ inch) (kombu)
- 1 củ cà rốt
- 1 củ hành tây
- ½ quả bí xanh ( bí xanh )
- ½ tỏi tây (phần trắng)
- 150g (5½ oz ) nấm mangdak ( shimeji ) hoặc nấm nút
- ½ quả ớt xanh
- 100g (3½ oz ) tương đậu nành lên men doenjang
- 250g (9 oz ) đậu phụ cứng
- 1 thìa cà phê gochugaru bột ớt (tùy chọn)

## HƯỚNG DẪN:

a) Đun nóng nước trong chảo ở nhiệt độ cao. Làm sạch miếng rong biển dasima dưới vòi nước chảy rồi cho vào nồi.

b) Cắt cà rốt thành từng miếng vuông dày 1 cm (½ inch). Cắt nhỏ hành tây. Khi nước sôi, thêm cà rốt và hành tây.

c) Cắt bí xanh thành từng miếng vuông dày 1,5 cm (⅝ inch) và thêm chúng vào nước dùng ngay khi nước sôi tiếp tục. Nấu trong 10 phút. Trong khi đó, cắt tỏi tây thành những lát chéo dày 1 cm (½ inch) và đậu phụ thành những miếng nhỏ.

d) Hình khối dày 2 cm (¾ inch). Cắt bỏ thân nấm mangdak và rửa sạch (đối với nấm nút, cắt thành từng phần tư). Cắt ớt thành từng đoạn dày 1 cm (½ inch) và rửa sạch dưới vòi nước chảy trong khi loại bỏ hạt.

e) Sau 10 phút, thêm doenjang , tỏi tây, nấm, đậu phụ và ớt . Khi sôi tiếp tục, đun nhỏ lửa trong 5 phút. Hoàn tất việc gia vị bằng cách thêm nhiều doenjang theo sở thích của bạn. Để có phiên bản cay hơn, hãy thêm gochugaru bột ớt .

## 2.Thịt lợn nướng Maekjeok / Maekjeok

## THÀNH PHẦN:
- 3 lá tỏi tây xanh
- 700 g (1 lb 9 oz ) thịt vai lợn (có xương)
- 80 g (2¾ oz ) tương đậu nành lên men doenjang
- 2 muỗng canh sốt matganjang
- 3 thìa chanh bảo quản
- 1 thìa cà phê gừng xay
- 2 muỗng canh rượu trắng (soju hoặc gin)
- 1 muỗng canh dầu mè

## HƯỚNG DẪN:
a) Cắt lá tỏi tây thành từng miếng 7 cm ( 2¾ inch ). Cắt thịt vai lợn thành lát dày 2 cm (¾ inch). Dùng dao khía từng lát ở cả hai mặt, tạo thành hình lưới. Hãy cẩn thận để không cắt qua các lát. Trộn các lát thịt và tỏi tây với doenjang , mat ganjang , chanh bảo quản, gừng, rượu và dầu mè.

b) Làm nóng lò ở nhiệt độ 180°C (350°F). Đặt các lát thịt lợn không chồng lên nhau trên giá nướng có khay nướng bên dưới. Đặt những miếng tỏi tây xung quanh miếng thịt với vài lát chanh bảo quản nếu muốn. Nấu trong 30 phút.

c) Sau khi lấy ra khỏi lò, vứt bỏ những miếng tỏi tây. Dùng kéo cắt thịt thành từng miếng nhỏ vừa ăn. Bạn có thể ăn nó như ssambap nếu thích.

### 3.Súp bắp cải bò/ Sogogi Baechu Doenjang-Guk

## THÀNH PHẦN:
- ½ bắp cải
- 300 g (10½ oz) thịt bò bít tết dày
- 4 tép tỏi
- 1 muỗng canh dầu mè
- 2 muỗng canh sốt matganjang
- 1 lít (4 cốc) nước
- 70 g (2½ oz) tương đậu nành lên men doenjang

## HƯỚNG DẪN:
a) Cắt một nửa bắp cải Trung Quốc thành hai phần tư. Loại bỏ cơ sở. Cắt mỗi phần tư thành từng miếng rộng khoảng 2 cm (¾ inch). Rửa và xả nước. Dùng khăn giấy thấm thịt bò để thấm bớt máu thừa. Cắt thịt bò thành miếng vừa ăn. Nghiền nát tỏi.

b) Đun nóng dầu mè trong nồi trên lửa cao. Thêm thịt, tỏi và mat ganjang. Xào cho đến khi chín bên ngoài miếng thịt bò. Đổ nước vào và đun sôi. Thêm bắp cải và doenjang. Để sôi thêm 15 phút nữa ở lửa vừa.

## 4. Bossam Kimchi Và Thịt Heo Luộc/ Bossam

## THÀNH PHẦN:
### THỊT Heo luộc
- 600 g (1 lb 5 oz) thịt ba chỉ chưa được tẩm gia vị
- 70 g (2½ oz) tương đậu nành lên men doenjang
- 4 tép tỏi
- 20 hạt tiêu đen lớn
- ½ củ hành tây
- 4 lá xanh từ ½ tỏi tây
- 250 ml (1 cốc) rượu trắng (soju hoặc gin)

### KIM CHI BOSSAM
- 400 g (14 oz) củ cải trắng (daikon)
- 6 thìa đường
- 1 muỗng canh muối biển
- ½ quả lê
- 3 nhánh hẹ tỏi (hoặc 2 nhánh hành lá/hành lá, không có củ)
- 3 tép tỏi
- 20 g (¾ oz) tương ớt gochujang
- 3 muỗng canh gochugaru bột ớt
- 3 muỗng canh nước sốt cá cơm lên men
- 2 muỗng canh xi-rô gừng
- Bên bắp cải Trung Quốc
- ¼ bắp cải ngâm nước muối, để ráo nước

## HƯỚNG DẪN:

a) Cho 1,5 lít (6 cốc) nước vào nồi đun sôi. Thịt lợn cắt làm đôi theo chiều dọc rồi ngâm vào nước sôi. Thêm doenjang , tỏi, hạt tiêu, hành tây, lá tỏi tây và rượu. Đun nhỏ lửa trong 10 phút ở nhiệt độ cao, đậy nắp, sau đó đun trong 30 phút ở lửa vừa, đậy nắp một phần, sau đó 10 phút ở lửa nhỏ.

b) Trong khi nấu thịt lợn, cắt củ cải trắng thành que diêm 5 mm ( ¼ inch ). Ướp với 5 thìa đường và muối biển trong 30 phút, trộn đều

c) 10 phút. Rửa nhẹ dưới nước lạnh, sau đó để ráo nước và dùng tay vắt cho đến khi không còn chất lỏng chảy ra.

d) Cắt quả lê thành que diêm 5 mm ( ¼ inch ) và cắt hẹ thành từng miếng 3 cm (1¼ inch). Nghiền nát tỏi. Trong một bát, trộn củ cải, lê, hẹ, tỏi, gochujang, gochugaru , nước sốt cá cơm lên men, 1 thìa đường và xi-rô gừng.

e) Thịt heo để ráo nước rồi thái mỏng. Ăn kèm với kim chi bossam . Xếp bắp cải vào nước muối ở một bên sau khi loại bỏ ba lá bên ngoài đầu tiên.

f) Khi ăn, gói thịt và kim chi bossam thật chặt trong lá bắp cải.

# 5.Sốt Ssamjang

**THÀNH PHẦN:**
- 40 g (1½ oz ) tương ớt gochujang
- 30 g (1 oz ) tương đậu nành lên men doenjang
- 1 thìa cà phê đường
- 1 muỗng canh dầu mè
- ½ muỗng canh hạt vừng
- 2 tép tỏi nghiền

**HƯỚNG DẪN:**
a) Trộn tất cả các thành phần với nhau.
b) Nước sốt sẽ giữ được 2 tuần trong hộp kín để trong tủ lạnh.

## 6.Kim chi cá thu/ Godeungeo Kimchi- Jorim

## THÀNH PHẦN:
- 500 g (1 lb 2 oz ) cá thu ½ củ hành tây
- Tỏi tây 10 cm (4 inch) (phần trắng)
- 30 g (1 oz ) nước sốt cay
- 25 g (1 oz ) tương đậu nành lên men doenjang
- 2 muỗng canh sốt ganjang
- 1 muỗng canh xi-rô gừng
- 50 ml (ít ¼ cốc) rượu trắng (soju hoặc gin)
- 400 g (14 oz ) kim chi bắp cải
- 300 ml (1¼ cốc) nước

## HƯỚNG DẪN:
a) Ruột cá thu; cắt bỏ đầu, vây và đuôi.
b) Cắt mỗi con cá thu thành ba phần. Cắt hành tây thành lát rộng 1 cm (½ inch). Cắt tỏi tây thành các đoạn dày 1 cm (½ inch) theo đường chéo.
c) Chuẩn bị nước sốt bằng cách trộn nước xốt cay, doenjang , mat ganjang , xi-rô gừng và rượu.
d) Đặt kim chi mà không cần cắt vào đáy nồi (lý tưởng nhất là cả ¼ bắp cải). Thêm miếng cá thu lên trên kim chi. Đổ nước vào, sau đó cho nước sốt vào, đảm bảo cá được phủ đều. Thêm hành tây. Đun sôi ở lửa lớn, đậy nắp một phần, sau đó đun nhỏ lửa trong 30 phút ở lửa vừa-thấp. Thêm tỏi tây và trộn nhẹ nhàng các thành phần chỉ một lần. Đun nhỏ lửa thêm 10 phút.

# 7.Súp sò điệp/ Sigeumchi Doenjang-Guk

**THÀNH PHẦN:**
- 250 g (9 oz) rau chân vịt tươi
- 200 g (7 oz) sò điệp nhỏ
- 1,5 lít (6 cốc) nước, tốt nhất là từ lần vo gạo trắng thứ 3
- 130 g (4½ oz) tương đậu nành lên men doenjang
- 4 muỗng canh sốt matganjang
- Muối

**HƯỚNG DẪN:**
a) Rửa kỹ rau bina tươi và để ráo nước. Rửa sạch sò điệp và để ráo nước.
b) Đun sôi nước. Thêm tương đậu nành lên men doenjang.
c) Khi doenjang hòa tan tốt, thêm sò điệp.
d) Ngay khi nước sôi tiếp tục, nấu trong 5 phút, sau đó thêm rau bina vào. Để rau bina héo trong khoảng 3 phút. Thêm thảm ganjang. Kiểm tra gia vị và thêm muối nếu cần.

# 8. Doenjang Jjigae (Món hầm tương đậu nành)

**THÀNH PHẦN:**
- 1 muỗng canh dầu mè
- 1 củ hành tây, thái lát
- 2 tép tỏi, băm nhỏ
- 1 quả bí xanh, thái lát
- 1 củ khoai tây, gọt vỏ và thái hạt lựu
- 1 chén đậu phụ, cắt hạt lựu
- 3 thìa doenjang
- 6 chén nước luộc rau hoặc nước
- Hành lá cắt nhỏ (để trang trí)

**HƯỚNG DẪN:**
a) Đun nóng dầu mè trong nồi rồi xào tỏi và hành cho đến khi có mùi thơm.
b) Thêm bí xanh, khoai tây và đậu phụ. Khuấy trong vài phút.
c) Hòa tan doenjang với nước hoặc nước dùng rồi cho vào nồi.
d) Đun sôi, sau đó đun nhỏ lửa cho đến khi rau mềm.
e) Trang trí với hành lá cắt nhỏ trước khi dùng.

# 9. Doenjang Bulgogi (Thịt bò ướp tương đậu nành)

**THÀNH PHẦN:**
- 1 pound thịt bò thái mỏng
- 3 thìa doenjang
- 2 muỗng canh nước tương
- 2 thìa đường
- 1 muỗng canh dầu mè
- 2 tép tỏi, băm nhỏ
- 1 muỗng canh gừng xay
- Tiêu đen, tùy khẩu vị
- Hạt mè (để trang trí)

**HƯỚNG DẪN:**
a) Trộn doenjang , nước tương, đường, dầu mè, tỏi, gừng và tiêu đen vào tô.
b) Ướp thịt bò trong hỗn hợp ít nhất 30 phút.
c) Làm nóng chảo và xào thịt bò đã ướp cho đến khi chín.
d) Trang trí với hạt vừng trước khi dùng.

## 10. Doenjang chay Jjigae (Món đậu hầm Hàn Quốc)

**THÀNH PHẦN:**
- 15g (½ oz ) nấm hương khô (2-4, tùy kích cỡ)
- 1 túi yuksu hoặc dashi thuần chay
- 15ml (1 thìa canh) dầu mè
- 50g (1¾oz) hành tây
- 1 tép tỏi lớn, bóc vỏ
- 125g (4½ oz ) đậu phụ cứng vừa
- ½ quả bí xanh Hàn Quốc, khoảng 150g (5 ⅓ oz )
- 50g (1¾oz) nấm shimeji
- 50g (1¾oz) nấm kim châm
- ớt chuối đỏ hoặc xanh
- ½ muỗng cà phê, hoặc nếm thử gochugaru ( ớt Hàn Quốc )
- 50g (1¾oz) doenjang (bột đậu nành lên men)
- 1 quả trứng (tùy chọn, dành cho người ăn chay)
- 1 củ hành lá

**PHỤC VỤ**
- cơm Hàn Quốc hoặc Nhật Bản hấp
- banchan (món ăn kèm Hàn Quốc) theo lựa chọn của bạn

**HƯỚNG DẪN:**

a) Rửa sạch nấm hương khô trong nước mát, sau đó cho vào tô và thêm 300ml (1¼ cốc) nước ấm. Để ngâm ở nhiệt độ phòng trong khoảng hai giờ, cho đến khi mềm. Vắt bớt nước ra khỏi nấm, giữ lại nước ngâm. Loại bỏ và đặt thân nấm sang một bên, sau đó cắt mỏng mũ nấm.

b) Đổ nước ngâm vào nồi nhỏ, thêm thân nấm đã để sẵn vào rồi đun sôi trên lửa vừa. Tắt lửa, thêm túi yuksu hoặc dashi vào và để ngấm trong khi chuẩn bị các nguyên liệu khác.

c) Băm nhỏ hành tây và cắt tỏi. Cắt đậu phụ thành khối vuông vừa ăn. Cắt đôi bí ngòi Hàn Quốc theo chiều dọc, sau đó cắt mỏng. Cắt bỏ phần thân gỗ phía dưới của thân nấm kim châm. Bẻ nấm kim châm và nấm shimeji thành từng khối nhỏ. Cắt ớt chuối theo đường chéo thành từng miếng dày khoảng 3 mm (⅛in).

d) Trên lửa vừa thấp, đun nóng nồi (tốt nhất là nồi đá Hàn Quốc) có dung tích khoảng 750ml (3 cốc) và cho dầu mè vào. Thêm hành tây và tỏi vào nấu cho đến khi hành tây bắt đầu mềm, khuấy thường xuyên. Rắc ớt bột vào nồi và khuấy liên tục trong khoảng 30 giây.

e) Lấy thân nấm và túi yuksu /dashi ra khỏi nước ngâm và đổ 250ml (1 cốc) vào nồi, sau đó cho doenjang vào . Đun sôi, khuấy thường xuyên để đảm bảo doenjang được hòa tan. Thêm mũ nấm đông cô thái lát, đậu phụ và bí xanh vào đun nhỏ lửa cho đến khi bí bắt đầu mềm. Cho nấm shimeji và ớt chuối vào đun nhỏ lửa trong khoảng hai phút. Thêm nấm enoki và đun nhỏ lửa cho đến khi chúng bắt đầu mềm.

f) Nếu sử dụng, hãy đập trứng vào một chiếc đĩa nhỏ. Di chuyển các nguyên liệu trong nồi sang hai bên để tạo hố sâu rồi trượt vào trứng, đảm bảo không làm vỡ lòng đỏ. Đun nhỏ lửa trong vài phút cho đến khi trứng chín mềm.

g) Băm nhỏ hành lá và rải đều lên món hầm. Ăn ngay với cơm trắng và banchan.

## 11. Doenjang Bibimbap (Cơm trộn rau củ)

**THÀNH PHẦN:**
- Nấu cơm
- 2 thìa doenjang
- 1 muỗng canh dầu mè
- 1 củ cà rốt, thái hạt lựu
- 1 quả bí xanh, thái hạt lựu
- 1 chén giá đỗ, chần
- 1 chén rau bina, chần
- Trứng chiên (một quả mỗi khẩu phần)
- Hạt mè (để trang trí)

**HƯỚNG DẪN:**
a) Trộn doenjang với dầu mè rồi trộn vào cơm đã nấu chín.
b) Xếp rau củ và giá đỗ đã thái sợi lên trên cơm.
c) Phủ một quả trứng chiên lên trên và rắc hạt vừng trước khi dùng.
d) Trộn tất cả mọi thứ lại với nhau trước khi ăn.

## 12. Doenjang Chigae Bokkeum (Rau đậu nành xào)

**THÀNH PHẦN:**
- 2 thìa doenjang
- 1 muỗng canh gochujang (tương ớt đỏ Hàn Quốc)
- 1 muỗng canh nước tương
- 1 muỗng canh đường
- 1 muỗng canh dầu mè
- Các loại rau (nấm, ớt chuông, cà rốt, v.v.)
- 2 tép tỏi, băm nhỏ
- 1 muỗng canh dầu thực vật

**HƯỚNG DẪN:**
a) Trộn doenjang, gochujang, nước tương, đường và dầu mè vào tô.
b) Đun nóng dầu thực vật trong chảo và xào tỏi cho đến khi có mùi thơm.
c) Thêm các loại rau và xào cho đến khi hơi mềm.
d) Đổ hỗn hợp doenjang lên rau và khuấy đều cho đến khi phủ đều.
e) Nấu cho đến khi rau chín hoàn toàn. Ăn nóng.

## 13. Doenjang Gui (Hải sản tương nướng)

**THÀNH PHẦN:**
- Các loại hải sản (tôm, mực, trai)
- 3 thìa doenjang
- 2 thìa mirin
- 1 thìa mật ong
- 1 muỗng canh dầu mè
- 2 tép tỏi, băm nhỏ
- Hành lá cắt nhỏ (để trang trí)

**HƯỚNG DẪN:**
a) Trong tô, trộn doenjang, mirin, mật ong, dầu mè và tỏi băm.
b) Ướp hải sản trong hỗn hợp trong 15-20 phút.
c) Nướng hải sản đã ướp cho đến khi chín.
d) Trang trí với hành lá cắt nhỏ trước khi dùng.

## 14. Súp Ramen Doenjang

**THÀNH PHẦN:**
- 2 thìa doenjang
- 4 chén nước luộc rau hoặc gà
- 2 gói mì ramen
- 1 chén nấm thái lát
- 1 chén cải chíp, xắt nhỏ
- 1 củ cà rốt, thái lát mỏng
- 1 muỗng canh dầu mè

**HƯỚNG DẪN:**
a) Trong nồi, hòa tan doenjang trong nước dùng và đun nhỏ lửa.
b) Nấu mì ramen theo hướng dẫn trên bao bì.
c) Thêm nấm, cải chíp và cà rốt vào nước dùng. Đun nhỏ lửa cho đến khi rau mềm.
d) Khuấy dầu mè và dùng kèm với mì ramen đã nấu chín.

## 15. Salad đậu phụ Doenjang

**THÀNH PHẦN:**
- 1 khối đậu phụ cứng, cắt hạt lựu
- 3 thìa doenjang
- 2 muỗng canh giấm gạo
- 1 muỗng canh nước tương
- 1 muỗng canh dầu mè
- Salad rau trộn
- Cà chua bi, giảm một nửa
- Dưa chuột, thái lát

**HƯỚNG DẪN:**
a) Trộn đều doenjang, giấm gạo, nước tương và dầu mè.
b) Cho đậu phụ cắt khối vào nước sốt và để ướp trong 15 phút.
c) Xếp rau xà lách, cà chua bi và dưa chuột lên đĩa.
d) Rưới đậu phụ đã ướp lên trên và rưới thêm nước sốt nếu muốn.

## 16. Doenjang ( Bindaetteok )

**THÀNH PHẦN:**
- 1 chén đậu xanh ngâm và xay
- 2 thìa doenjang
- 1/2 chén kim chi cắt nhỏ
- 1/4 chén hành lá xắt nhỏ
- 2 muỗng canh dầu thực vật

**HƯỚNG DẪN:**
a) Trộn đậu xanh xay, doenjang , kim chi và hành lá vào tô.
b) Đun nóng dầu trong chảo. Múc hỗn hợp vào chảo để tạo thành những chiếc bánh nhỏ.
c) Nấu cho đến khi vàng nâu cả hai mặt.
d) Ăn kèm với nước chấm làm từ nước tương, giấm gạo và dầu mè.

# GOCHUJANG (MÓNG ĐỎ ĐỎ LÊN MEN)

## 17. Gochujang mì lạnh

## THÀNH PHẦN:
- 2 tép tỏi, nghiền nát
- 3 muỗng canh gochujang, một loại sốt cay nóng
- 1 miếng gừng tươi cỡ ngón tay cái, gọt vỏ và xay nhuyễn
- ¼ chén giấm rượu gạo
- 1 muỗng cà phê dầu mè
- 4 củ cải, thái lát mỏng
- 2 muỗng canh nước tương
- 4 quả trứng luộc mềm
- 1 ½ chén mì kiều mạch, nấu chín, để ráo nước và tươi
- 1 quả dưa chuột điện báo, cắt thành miếng lớn
- 2 thìa cà phê, mỗi loại 1 hạt vừng đen và trắng
- 1 cốc kim chi

## HƯỚNG DẪN:
a) Cho nước sốt nóng, tỏi, nước tương, gừng, giấm rượu và dầu mè vào tô và trộn đều.
b) Đặt mì vào và trộn đều, đảm bảo mì được phủ đều nước sốt.
c) Đặt vào bát phục vụ, bây giờ thêm củ cải, kim chi, trứng và dưa chuột vào từng bát.
d) Kết thúc bằng việc rắc hạt.

## 18. Tteokbokki xào Với Tương Ớt/ Tteokbokki

**THÀNH PHẦN:**
- 4 quả trứng
- 2 nhánh hành lá (hành lá) (không có củ)
- 200 g (7 oz ) chả cá
- 500ml (2 cốc) nước
- 1 viên nước luộc rau củ
- 4 thìa đường
- 300 g (10½ oz ) bánh tteokbokki tteok
- 40 g (1½ oz ) tương ớt gochujang
- 1 muỗng canh gochugaru bột ớt
- 1 muỗng canh nước tương
- ½ muỗng canh bột tỏi

**HƯỚNG DẪN:**

a) Luộc trứng thật kỹ. Cắt hành lá thành từng đoạn 5 cm (2 inch), sau đó làm đôi theo chiều dọc. Cắt chả cá theo đường chéo thành các phần dày 1,2 cm (½ inch).

b) Đổ nước vào chảo rán. Thêm khối nước kho và đường. Đun sôi, sau đó giảm nhiệt xuống mức trung bình và cho tteokbokki vào tteok . Đun nhỏ lửa trong 5 phút, khuấy đều để chúng không dính vào đáy chảo hoặc dính vào nhau, tách chúng ra nếu cần. Thêm gochujang, gochugaru , nước tương, bột tỏi và bột cá.

c) Nấu trong 10 phút, khuấy đều trước khi thêm trứng luộc chín đã bóc vỏ và hành lá vào. Việc nấu ăn xong khi tteokbokki tteok mềm và nước sốt đã giảm đi một nửa và phủ đều các nguyên liệu.

# 19.Thịt xiên Tteok sốt chua ngọt/ Tteok-Kkochi

**THÀNH PHẦN:**
- 36 bánh tteokbokki tteok
- 3 muỗng canh sốt cà chua
- 2 thìa đường
- 1 thìa cà phê bột tỏi
- 3 muỗng canh nước tương
- ½ muỗng canh gochugaru bột ớt
- 15 g (½ oz) tương ớt gochujang
- 50 ml (ít ¼ cốc) nước
- 2 muỗng canh xi-rô ngô Dầu thực vật trung tính

**HƯỚNG DẪN:**

a) Đun sôi một nồi nước. Đắm chìm trong món tteokbokki tteok trong nước sôi trong 3 phút, sau đó để ráo nước. Khi chúng đã nguội một chút, xiên chúng vào sáu xiên gỗ (sáu tteok mỗi xiên). Nếu là tteokbokki tteok vừa mới làm xong, hãy bỏ qua bước đầu tiên này và chuẩn bị xiên mà không để chúng khô trong 30 phút.

b) Cho sốt cà chua, đường, bột tỏi, nước tương, gochugaru, gochujang và 50ml (ít ¼ cốc) nước vào nồi. Đun sôi và giảm nhiệt xuống thấp. Đun nhỏ lửa trong 5 phút, khuấy nhẹ. Tắt lửa và khuấy dần xi-rô ngô.

c) Đổ dầu thực vật vào chảo rán cao bằng nửa chiếc bánh tteokbokki tteok. Đun nóng và nướng từng xiên trong 3 phút cho cả hai mặt.

d) Đặt các xiên lên khay và dùng bàn chải bánh ngọt phết đều nước sốt lên mỗi mặt. Thưởng thức.

## 20. Gà Rán Hàn Quốc/ Dakgangjeong

**THÀNH PHẦN:**
- 700 g (1 lb 9 oz ) ức gà, còn da
- 150 ml (nặng ½ cốc) sữa
- 2 thìa cà phê muối
- 1 muỗng cà phê ớt bột nhẹ
- 1 muỗng cà phê bột cà ri màu vàng nhạt
- 2 thìa cà phê bột tỏi
- 600 g (1 lb 5 oz ) bột chiên Hàn Quốc
- 1 lít (4 cốc) dầu thực vật trung tính
- 3 quả hạnh nhân nghiền nát (hoặc đậu phộng)

**SỐT YANGNYEOM**
- ¼ quả táo ½ củ hành tây
- 3 tép tỏi
- 100 ml (ít ½ cốc) nước
- 5 thìa sốt cà chua
- 20 g (¾ oz ) tương ớt gochujang
- 1 muỗng canh gochugaru bột ớt
- 4 muỗng canh nước tương
- 2 thìa đường
- 5 muỗng canh xi-rô ngô
- 1 nhúm ớt ngon

## HƯỚNG DẪN:

a) Cắt ức gà thành miếng vừa ăn (A). Đổ sữa lên miếng gà (B). Che và để yên trong 20 phút.

b) Xả gà bằng một cái chao. Đặt các miếng thịt gà vào tô cùng với muối, ớt bột, cà ri và bột tỏi. Massage gia vị vào gà. Trộn với bột chiên.

c) Đun nóng dầu đến 170°C (340°F). Để kiểm tra nhiệt độ, hãy cho một giọt bột rơi vào dầu: nếu bột nổi ngay lên bề mặt thì nhiệt độ đã đúng. Đảm bảo từng miếng gà đều được phủ đều bột rồi thả chúng vào dầu (C). Các miếng thịt gà không được dính vào nhau trong dầu. Chiên trong khoảng 5 phút. Lấy gà ra và để ráo nước trên giá lưới trong 5 phút. Chiên lại trong 3 phút và để ráo nước trong 5 phút.

d) Đối với nước sốt yangnyeom, xay nhuyễn táo, hành tây và tỏi trong máy xay thực phẩm nhỏ. Kết hợp với nước, sốt cà chua, gochujang, gochugaru, nước tương, đường, xi-rô ngô và hạt tiêu. Đun nóng hỗn hợp trong chảo xào hoặc chảo rán trên lửa cao. Khi nước sốt sôi, ngay trước khi sôi, giảm lửa. Trộn rất nhẹ nhàng một hoặc hai lần. Đun nhỏ lửa trong 7 phút, khuấy đều. Thêm gà rán và đun nóng trên lửa vừa. Cẩn thận phủ nước sốt (D) lên gà rồi đun nhỏ lửa trong 2 phút. Ăn kèm với hạnh nhân hoặc đậu phộng nghiền (EF).

e) THÊM Bạn có thể phục vụ món gà này với một ít dưa chua củ cải trắng thái hạt lựu và trang trí với vài lát chanh bảo quản, nướng trong lò nếu muốn.

## 21. Cuộn mực với Crudités/ Ojingeo -Mari

**THÀNH PHẦN:**
- 4 ống mực
- ½ trái ớt chuông đỏ (tiêu)
- ½ quả ớt chuông vàng (tiêu)
- cà rốt
- Dưa chuột miếng 10 cm (4 inch)
- 20 lát củ cải trắng ngâm chua

**SỐT cay**
- 25 g (1 oz ) tương ớt gochujang
- 1 muỗng canh táo hoặc giấm táo
- 1 muỗng canh đường
- 1 muỗng canh chanh bảo quản
- ½ muỗng canh nước tương
- 1 muỗng cà phê dầu mè
- 1 nhúm hạt vừng

**SỐT KHÔNG CAY**
- 1 muỗng canh nước tương
- ½ thìa đường
- 2 muỗng canh táo hoặc giấm táo
- ½ muỗng cà phê mù tạt
- 2 hẹ, xắt nhỏ

## HƯỚNG DẪN:

a) Loại bỏ da ống mực và mỏ trong suốt ở giữa nếu cần, sau đó rửa sạch và để ráo nước. Mở các ống làm đôi. Ở mặt ngoài của mực, dùng dao sắc khía một đường lưới thật chặt, không đâm thủng.

b) Đun sôi một nồi nước muối. Ngâm ống mực vào nước. Nấu trong 5 phút, sau đó để ráo nước. Để lại mat.

c) Cắt ớt chuông và cà rốt thành que diêm 5 mm ( ¼ inch ). Dùng dao loại bỏ phần giữa của dưa chuột và hạt; chỉ phần bên ngoài sẽ được sử dụng . Cắt thành que diêm.

d) Trong mỗi ống mực xếp 5 lát củ cải trắng ngâm chua, một ít cà rốt, dưa chuột và ớt chuông. Đóng lại bằng cách cuộn lên. Đâm vào cuộn mỗi 2 cm (¾ inch) bằng tăm. Cắt giữa mỗi cây tăm để tạo thành những cuộn nhỏ.

e) Trộn các nguyên liệu làm nước sốt theo sở thích của bạn (cay hoặc không cay) và thưởng thức bằng cách chấm chả mực vào nước sốt.

## 22. Salad củ cải trắng cay/Mu- Saengchae

## THÀNH PHẦN:
- 450 g (1 lb) củ cải trắng (daikon)
- ½ thìa muối 3 thìa đường
- 1 nhánh hành lá (không có củ)
- 3 tép tỏi
- 15 g (½ oz) gochugaru bột ớt
- 4 muỗng canh táo hoặc giấm táo
- 1 muỗng canh nước sốt cá cơm lên men
- 1 muỗng cà phê hạt vừng
- ½ muỗng cà phê gừng xay
- Muối

## HƯỚNG DẪN:
a) Cắt củ cải trắng thành que diêm. Trộn củ cải với muối và đường, để khoảng 10 phút rồi chắt lấy nước cốt. Cắt hành lá thành từng đoạn 5 mm (¼ inch) và nghiền nát tỏi.
b) Sau thời gian chờ 10 phút, cho tất cả các loại rau vào tô chứa củ cải trắng đã ráo nước. Thêm gochugaru, giấm, nước sốt cá cơm, hạt vừng và gừng xay. Trộn đều và để yên trong tối thiểu 30 phút để củ cải ngấm đều hương vị của gia vị.
c) Ăn lạnh, điều chỉnh gia vị với một chút muối nếu cần.

## 23. Đậu phụ xay nhuyễn/Kimchi hầm

**THÀNH PHẦN:**
- 300 g (10½ oz ) thịt vai lợn không xương
- 280 g (10 oz ) kim chi bắp cải
- 2 tép tỏi
- ½ thìa đường
- ½ muỗng canh dầu mè
- 700 g (1 lb 9 oz ) đậu phụ cứng
- 2 muỗng canh dầu thực vật trung tính
- 1 thìa cà phê gochugaru bột ớt (tùy chọn)
- 400 ml (1½ cốc) nước
- Tỏi tây 10 cm (4 inch) (phần trắng)
- 2 muỗng canh nước sốt cá cơm lên men
- Muối

**HƯỚNG DẪN:**

a) Cắt thịt vai lợn thành khối vuông 1 cm (½ inch). Cho kim chi vào tô và dùng kéo cắt thành từng miếng nhỏ.

b) Nghiền tỏi và thêm vào kim chi cùng với đường và dầu mè. Thêm thịt lợn và trộn đều bằng tay.

c) Nghiền đậu phụ bằng máy nghiền khoai tây, đảm bảo không còn miếng lớn.

d) Đun nóng dầu thực vật trong chảo. Khi nóng, thêm hỗn hợp thịt lợn và kim chi. Xào trong 8 phút, thêm gochugaru bột ớt để có phiên bản cay hơn.

e) Thêm nước. Đun sôi và nấu trong 10 phút. Trong khi đó, cắt tỏi tây thành dải mỏng. Cho đậu phụ giã nhuyễn vào nồi cùng nước mắm cá cơm đã lên men. Nấu trong 5 phút. Kiểm tra gia vị và điều chỉnh lượng muối nếu cần. Thêm tỏi tây và nấu trong 5 phút. Ăn nóng.

## 24.Bibimbap tự làm / Bibimbap

**THÀNH PHẦN:**
- 1 muỗng canh trung tính
- dầu thực vật
- 1 quả trứng
- 1 bát cơm trắng nấu nóng
- 1 nắm củ cải trắng xào
- 1 nắm rau muống vừng
- 1 nắm salad củ cải trắng cay
- 1 nắm vừng
- giá đỗ
- 1 nắm nấm xào
- 1 nắm bí xanh xào
- Hạt thông hoặc hạt mè Nước sốt
- 20 g (¾ oz) tương ớt gochujang
- 1 muỗng canh dầu mè

**HƯỚNG DẪN:**

a) Phủ một lớp dầu thực vật lên chảo rán có đường kính 9 cm (3½ inch). Đun nóng dầu trên lửa vừa. Đập trứng vào chảo. Dùng thìa nhẹ nhàng di chuyển lòng đỏ trứng để nó vẫn ở giữa. Giữ lòng đỏ trứng như thế này cho đến khi nó đông lại. Giảm nhiệt xuống thấp và chiên cho đến khi lòng trắng trứng chín.

b) Đổ một bát cơm nóng vào đáy bát ăn. Đặt quả trứng lên trên vòm cơm với lòng đỏ đẹp mắt ở giữa. Xếp củ cải trắng xào, rau mồng tơi, salad củ cải trắng cay, giá đỗ mè, nấm xào và bí xanh xào quanh trứng. Cùng màu các thành phần không nên chạm vào nhau. Rắc một ít hạt thông hoặc hạt vừng lên trên.

c) Trộn đều các nguyên liệu làm nước sốt và rưới trực tiếp vào bát phục vụ. Để có phiên bản ít cay hơn, hãy thay gochujang bằng nước tương.

d) Để ăn bibimbap, dùng thìa trộn tất cả nguyên liệu, cắt trứng thành từng miếng. nguyên liệu và nước sốt phải được phân bổ đều.

## 25. Mì kim chi lạnh/ Bibim-Guksu

**THÀNH PHẦN:**
- 1 quả trứng
- 120 g (4¼ oz ) kim chi bắp cải Trung Quốc
- 1 thìa cà phê đường
- 1 muỗng cà phê dầu mè
- dưa chuột 5 cm (2 inch)
- 200 g (7 oz ) mì somyeon ( somen )

**NƯỚC XỐT**
- 60 g (2¼ oz ) tương ớt gochujang
- 5 muỗng canh táo hoặc giấm táo
- 3 thìa đường
- 3 muỗng canh nước tương
- 2 thìa cà phê bột tỏi
- 2 thìa cà phê dầu mè
- 2 thìa cà phê hạt vừng
- 1 nhúm hạt tiêu

**HƯỚNG DẪN:**

a) Ngâm trứng vào nồi nước lạnh và đun sôi. Nấu trong 9 phút, sau đó ngâm trứng dưới nước lạnh và bóc vỏ. Kim chi rửa sạch, dùng tay bóp cho hết nước, sau đó cắt thành từng miếng nhỏ. Trộn đều với đường và dầu mè. Cắt dưa chuột thành que diêm.

b) Trộn tất cả nguyên liệu nước sốt lại với nhau.

c) Đun sôi nước muối trong nồi và cho mì somyeon vào . Khi nước sôi trở lại, thêm 200 ml (¾ cốc) nước lạnh. Lặp lại quá trình này lần thứ hai.

d) Đến lần đun thứ ba, vớt mì ra. Ngâm chúng dưới vòi nước lạnh, dùng tay khuấy đều để loại bỏ càng nhiều tinh bột càng tốt.

e) Xếp mì vào giữa bát phục vụ. Đổ một ít nước sốt vào từng tô, sau đó xếp kim chi và dưa chuột lên trên. Đặt một nửa quả trứng luộc chín vào giữa mỗi bát. Trộn tất cả các thành phần với nhau khi bạn ăn.

## 26.Thịt lợn Bulgogi / Dwaeji-Bulgogi

## THÀNH PHẦN:
- 700 g (1 lb 9 oz ) thịt vai lợn
- 2 muỗng canh xi-rô gừng
- 1 muỗng canh đường
- 1 củ cà rốt
- bí xanh ( bí xanh )
- 1 củ hành tây
- Tỏi tây 10 cm (4 inch) (phần trắng)
- 60 g (2¼ oz ) nước sốt cay
- 20 g (¾ oz ) tương ớt gochujang
- 6 muỗng canh nước tương
- 1 muỗng canh nước sốt cá cơm lên men
- 2 muỗng canh rượu trắng (soju hoặc gin)

## HƯỚNG DẪN:

a) Thịt lợn thái mỏng. Ướp các lát thịt lợn trong xi-rô gừng và đường trong 20 phút.

b) Cắt cà rốt thành ba phần, sau đó mỗi phần làm đôi theo chiều dọc và cuối cùng thành dải dài. Cắt bí xanh thành hai phần, sau đó mỗi phần làm đôi theo chiều dọc và cuối cùng thành dải dài. Cắt hành tây làm đôi, sau đó thành từng lát rộng 1 cm (½ inch). Cắt tỏi tây thành các đoạn đường chéo 1 cm (½ inch).

c) Trộn thịt với nước xốt cay, gochujang, nước tương, nước sốt cá cơm lên men và rượu. Làm nóng chảo rán. Khi nóng, cho thịt vào xào trong 20 phút ở lửa lớn.

d) Thêm rau. Xào trong 10 phút. Khi rau đã mềm một chút, dùng nóng. Bạn cũng có thể ăn món này như ssambap nếu muốn.

# CHEONGGUKJANG (Đậu nành lên men nhanh)

## 27. Món hầm Cheonggukjang (Cheonggukjang Jjigae)

**THÀNH PHẦN:**
- 1 cốc cheonggukjang
- 1/2 chén đậu phụ, cắt hạt lựu
- 1/2 chén bí xanh, thái lát
- 1/2 chén nấm, thái lát
- 1/4 chén hành tây, thái lát mỏng
- 2 tép tỏi, băm nhỏ
- 1 củ hành xanh, xắt nhỏ
- 1 muỗng canh nước tương
- 1 muỗng cà phê dầu mè
- 4 cốc nước

**HƯỚNG DẪN:**
a) Trong nồi, đun sôi nước.
b) Thêm cheongukjang và giảm nhiệt để đun nhỏ lửa.
c) Thêm đậu phụ, bí xanh, nấm, hành tây và tỏi.
d) Nấu cho đến khi rau mềm.
e) Nêm nước tương và dầu mè.
f) Trang trí với hành lá xắt nhỏ.

## 28. Cơm trộn Cheonggukjang

**THÀNH PHẦN:**
- 2 chén cơm đã nấu chín
- 1 cốc cheonggukjang
- 1 chén rau bina, chần
- 1 chén giá đỗ, chần
- 1 củ cà rốt, thái hạt lựu và xào
- 1 quả bí xanh, thái hạt lựu và xào
- 2 quả trứng chiên
- Dầu mè, để làm mưa phùn
- Nước tương, để phục vụ

**HƯỚNG DẪN:**
a) Đặt cơm vào một cái bát.
b) Xếp cheonggukjang, rau bina, giá đỗ, cà rốt và bí xanh lên trên.
c) Top với một quả trứng chiên.
d) Rưới dầu mè và dùng kèm với nước tương.

## 29. Bánh xèo Cheonggukjang (Cheonggukjang Buchimgae)

**THÀNH PHẦN:**
- 1 cốc cheonggukjang
- 1/2 chén bột mì đa dụng
- 1/4 cốc nước
- 1/2 củ hành tây, thái lát mỏng
- 1/2 củ cà rốt, thái hạt lựu
- Dầu thực vật để chiên
- Nước chấm đậu nành

**HƯỚNG DẪN:**
a) Trong một cái bát, trộn cheongukjang , bột mì và nước để tạo thành bột nhão.
b) Thêm hành tây thái lát và cà rốt thái sợi vào bột.
c) Đun nóng dầu trong chảo trên lửa vừa.
d) Múc bột vào chảo để làm bánh pancake.
e) Chiên cho đến khi vàng nâu cả hai mặt.
f) Ăn kèm nước chấm tương.

## 30. Cheonggukjang ( Cheonggukjang bibim Guksu )

**THÀNH PHẦN:**
- 200g mì kiều mạch đã nấu chín và để nguội
- 1 cốc cheonggukjang
- 1 muỗng canh gochujang (tương ớt đỏ Hàn Quốc)
- 1 muỗng canh dầu mè
- 1 quả dưa chuột, thái hạt lựu
- 1 củ cải, thái hạt lựu
- Hạt mè để trang trí

**HƯỚNG DẪN:**
a) Trong một cái bát, trộn cheongukjang , gochujang và dầu mè.
b) Thêm mì kiều mạch đã nấu chín và để nguội vào nước sốt.
c) Trộn mì với dưa chuột và củ cải.
d) Trang trí với hạt vừng trước khi dùng.

## 31. Cơm chiên Cheonggukjang và Kimchi

**THÀNH PHẦN:**
- 2 chén cơm đã nấu chín
- 1 cốc cheonggukjang
- 1 chén kim chi, cắt nhỏ
- 1/2 chén thịt ba chỉ hoặc đậu phụ, thái hạt lựu
- 1/4 chén hành lá, xắt nhỏ
- 2 tép tỏi, băm nhỏ
- 2 muỗng canh nước tương
- 1 muỗng canh dầu mè
- 1 quả trứng chiên (tùy chọn)

**HƯỚNG DẪN:**
a) Đun nóng dầu trong chảo rồi xào thịt ba chỉ hoặc đậu phụ cho đến khi chín.
b) Thêm tỏi băm, cheonggukjang và kim chi. Khuấy đều.
c) Thêm cơm đã nấu chín và xào cho đến khi chín.
d) Nêm nước tương và dầu mè.
e) Rắc thêm hành lá cắt nhỏ và một quả trứng chiên lên trên nếu muốn.

## 32. Cheonggukjang và rau xào

**THÀNH PHẦN:**
- 1 cốc cheonggukjang
- 2 chén rau trộn (ớt chuông, bông cải xanh, cà rốt, v.v.)
- 1/2 chén đậu phụ cứng, cắt hạt lựu
- 2 muỗng canh nước tương
- 1 muỗng canh dầu mè
- 1 muỗng canh dầu thực vật
- Hạt mè để trang trí

**HƯỚNG DẪN:**
a) Đun nóng dầu thực vật trong chảo hoặc chảo.
b) Thêm đậu phụ và xào cho đến khi vàng.
c) Thêm rau trộn và nấu cho đến khi hơi mềm.
d) Khuấy cheongukjang, nước tương và dầu mè.
e) Nấu cho đến khi kết hợp tốt và đun nóng.
f) Trang trí với hạt vừng trước khi dùng.

# SSAMJANG (nước chấm)

## 33.Bò Bulgogi Ssambap ( Bulgogi) Ssambap )

**THÀNH PHẦN:**
- 700 g (1 lb 9 oz ) sườn bò, thái lát rất mỏng

**MÓN THỊT NƯỚNG**
- 1 muỗng canh dầu mè
- ½ củ hành tây
- 3 cây nấm pyogo (nấm shiitake) hoặc nấm nút
- ½ củ cà rốt
- Tỏi tây 10 cm (4 inch) (phần trắng)

**ĐIỀN SSAMBAP**
- ½ cos xà lách Cơm trắng nấu nóng
- nước sốt Ssamjang
- 1 sự tồn tại lâu dài
- Dưa chua củ cải trắng

**HƯỚNG DẪN:**

a) Cắt thịt bò thái mỏng thành dải vừa ăn. Đổ nước xốt thịt nướng và dầu mè lên thịt rồi trộn đều để thịt thấm đều. Để yên trong tủ lạnh ít nhất 12 giờ.

b) Cắt hành tây và nấm thành từng dải, cà rốt thành que diêm và tỏi tây trắng thành những lát chéo 5 mm (¼ inch).

c) Làm nóng chảo rán. Khi còn nóng, cho thịt và nước ướp vào chảo rồi dàn đều khắp bề mặt. Thêm rau. Đảo đều tay trong khoảng 10 phút cho đến khi thịt chín hẳn.

d) Rửa sạch lá cos và cho một lượng gạo vừa ăn cùng một chút nước sốt ssamjang . Rửa sạch lá rau diếp xoăn và cho một lát dưa chua củ cải trắng, một lượng cơm vừa ăn và một chút nước sốt ssamjang . Ăn lá đầy thịt.

e) Thịt có thể được giữ sống trong nước ướp trong tủ lạnh tối đa 2 ngày.

## 33. Bò Bulgogi Ssambap ( Bulgogi) Ssambap )

## THÀNH PHẦN:
- 700 g (1 lb 9 oz) sườn bò, thái lát rất mỏng

## MÓN THỊT NƯỚNG
- 1 muỗng canh dầu mè
- ½ củ hành tây
- 3 cây nấm pyogo (nấm shiitake) hoặc nấm nút
- ½ củ cà rốt
- Tỏi tây 10 cm (4 inch) (phần trắng)

## ĐIỀN SSAMBAP
- ½ cos xà lách Cơm trắng nấu nóng
- nước sốt Ssamjang
- 1 sự tồn tại lâu dài
- Dưa chua củ cải trắng

## HƯỚNG DẪN:

a) Cắt thịt bò thái mỏng thành dải vừa ăn. Đổ nước xốt thịt nướng và dầu mè lên thịt rồi trộn đều để thịt thấm đều. Để yên trong tủ lạnh ít nhất 12 giờ.

b) Cắt hành tây và nấm thành từng dải, cà rốt thành que diêm và tỏi tây trắng thành những lát chéo 5 mm (¼ inch).

c) Làm nóng chảo rán. Khi còn nóng, cho thịt và nước ướp vào chảo rồi dàn đều khắp bề mặt. Thêm rau. Đảo đều tay trong khoảng 10 phút cho đến khi thịt chín hẳn.

d) Rửa sạch lá cos và cho một lượng gạo vừa ăn cùng một chút nước sốt ssamjang. Rửa sạch lá rau diếp xoăn và cho một lát dưa chua củ cải trắng, một lượng cơm vừa ăn và một chút nước sốt ssamjang. Ăn lá đầy thịt.

e) Thịt có thể được giữ sống trong nước ướp trong tủ lạnh tối đa 2 ngày.

## 34. Thịt lợn nướng Hàn Quốc ( Samgyeopsal )

**THÀNH PHẦN:**
- 1 kg (2 lb 4 oz ) thịt ba chỉ chưa ướp gia vị, thái lát
- nấm 8 nút
- 2 nấm saesongyi (nấm sò vua)
- 1 củ hành tây
- 300 g (10½ oz ) kim chi bắp cải Trung Quốc
- nước sốt Ssamjang
- Muối biển và hạt tiêu

**CƠM CHIÊN**
- 2 bát cơm trắng nấu chín
- 1 lòng đỏ trứng
- 200 g (7 oz ) kim chi bắp cải Trung Quốc
- Một ít gim rong biển ( nori )
- 1 muỗng canh dầu mè

**HƯỚNG DẪN:**

a) Làm nóng chảo nướng bằng gang, chảo rán hoặc bàn nướng. Khi trời nóng, đặt những lát thịt ba chỉ lợn lên chảo hoặc vỉ nướng nóng.

b) Rắc muối biển và hạt tiêu. Sau 3 đến 5 phút, khi máu nổi lên ở mặt thịt thì lật lại. Mặt đầu tiên phải có màu nâu . Thêm các loại rau đã chuẩn bị (xem bên dưới) xung quanh thịt. Nấu trong 3 đến 5 phút; khi máu nổi lên thì lật lại. Sau 3 phút, dùng kéo cắt thịt. Mỗi khách sau đó có thể tự phục vụ .

**RAU**

c) Nấm nút: Cắt bỏ phần cuống. Đặt cốc nấm lộn ngược trên vỉ nướng. Khi cốc đầy nước trái cây, thêm một chút muối. Thưởng thức. Nấm Saesongyi : Cắt thành lát 5 mm (¼ inch) từ trên xuống dưới. Chiên mỗi mặt cho đến khi có màu vàng nâu. Ăn với sốt ssamjang .

d) Hành tây: Cắt thành từng khoanh dày 1 cm (½ inch). Chiên mỗi mặt cho đến khi có màu vàng nâu. Đóng gói trong một ssam hoặc đơn giản là nhúng vào nước sốt ssamjang .

e) Kim chi bắp cải: Nó được ăn sống nhưng cũng có thể được nấu chín trên vỉ nướng.

## CƠM CHIÊN

f) Đến cuối món nướng, khi trên vỉ nướng chỉ còn lại một ít nguyên liệu , bạn có thể kết thúc bữa ăn bằng cách làm cơm chiên.

g) Để làm điều này, hãy thêm nguyên liệu cơm chiên và trộn chúng với những nguyên liệu đã có trên vỉ nướng.

h) Bạn cũng có thể thêm một ít salad tỏi tây và chiên cùng cơm nếu thích.

## 35. Ssamjang ( Samgyeopsal Ssam )

**THÀNH PHẦN:**
- 1 lb thịt bụng lợn lát
- Ssamjang
- Lá rau diếp
- Tỏi tép, băm nhỏ
- Hành lá thái lát
- dầu mè
- Cơm hấp

**HƯỚNG DẪN:**
a) Nướng các lát thịt ba chỉ cho đến khi chín.
b) Đặt một lá rau diếp vào lòng bàn tay của bạn.
c) Thêm một thìa cơm trắng và một miếng thịt ba chỉ nướng.
d) Rưới ssamjang lên thịt lợn.
e) Thêm tỏi băm, hành lá thái lát và một chút dầu mè.
f) Bọc và thưởng thức!

## 36. Xà lách cuốn đậu phụ Ssamjang

**THÀNH PHẦN:**
- Đậu phụ cứng, cắt thành hình chữ nhật
- Ssamjang
- Lá rau diếp
- Cà rốt thái sợi
- Dưa chuột thái hạt lựu
- Hạt mè

**HƯỚNG DẪN:**
a) Đậu phụ áp chảo cho đến khi vàng nâu.
b) Đặt một lát đậu phụ lên lá rau diếp.
c) Rưới ssamjang lên đậu phụ.
d) Thêm cà rốt thái sợi và dưa chuột thái sợi.
e) Rắc hạt vừng lên trên.
f) Gấp và cố định bằng tăm.

## 37. Cơm Bò Ssamjang

**THÀNH PHẦN:**
- 1 lb thịt bò thái mỏng (ribeye hoặc thăn)
- Ssamjang
- Cơm trắng nấu chín
- kim chi
- Củ cải thái lát
- Hạt mè

**HƯỚNG DẪN:**
a) Xào thịt bò thái lát cho chín.
b) Trộn ssamjang vào cơm đã nấu chín.
c) Dọn thịt bò lên cơm ssamjang .
d) Thêm một phần kim chi và củ cải thái lát.
e) Rắc hạt vừng trước khi ăn.

## 38. Đĩa rau Ssamjang

**THÀNH PHẦN:**
- Ssamjang
- Các loại rau tươi (dưa chuột, ớt chuông, cà rốt)
- Những lát khoai lang hấp
- tía tô Hàn Quốc ( kkaennip )
- Dầu mè để chấm

**HƯỚNG DẪN:**
a) Cắt rau thành dải mỏng.
b) Xếp các loại rau và lát khoai lang lên đĩa.
c) Đặt một bát ssamjang ở giữa.
d) Rưới dầu mè lên ssamjang .
e) Nhúng rau vào ssamjang trước khi ăn.

# CHUNJANG (SỐT ĐẬU ĐEN)

# 39. Tteokbokki Với Tương Đậu Đen/ Jjajang-Tteokbokki

**THÀNH PHẦN:**
- 300 g (10½ oz ) bánh tteokbokki tteok
- 150 ml (nặng ½ cốc) nước
- 3 thìa đường
- 150 g (5½ oz ) bắp cải trắng
- cà rốt
- ½ củ hành đỏ
- 1 củ hành lá (hành lá)
- Tỏi tây 2 cm (¾ inch) (phần trắng)
- 150 g (5½ oz ) thịt ba chỉ
- 150 g (5½ oz ) chả cá
- 2 muỗng canh dầu thực vật trung tính
- 50 g (1¾ oz ) chưa chiên tương đậu đen chunjang
- 1 muỗng canh nước tương
- 1 muỗng canh xi-rô gừng

**HƯỚNG DẪN:**

a) Đứng tteokbokki tteok trong nước với đường trong 20 phút.

b) Cắt bắp cải trắng thành dải dài 5 cm (2 inch), rộng 1 cm (½ inch). Cắt cà rốt thành que diêm và hành tây thành dải mỏng. Cắt hành lá thành từng dải và phần cuống theo đường chéo thành các đoạn dài 3 cm (1¼ inch) rồi cắt tỏi tây.

c) Cắt bụng lợn thành khối nhỏ. Cắt chả cá theo đường chéo thành các miếng dày 1 cm (½ inch).

d) Đun nóng dầu và bột chunjang trong chảo rán trên lửa cao. Khi nó bắt đầu sôi, khuấy liên tục trong 5 phút. Đổ chunjang chiên vào một cái rây mịn trên bát. Để ráo nước trong vài phút để thu hồi dầu. Đổ dầu vào chảo rồi cho tỏi tây vào. Đun nóng ở nhiệt độ thấp.

e) Khi tỏi tây có mùi thơm, thêm thịt lợn viên, nước tương và xi-rô gừng vào. Xào trong 3 phút ở nhiệt độ cao. Thêm các loại rau còn lại (trừ thân hành), chả cá và chunjang . Khuấy trong khi nấu trong 5 phút.

f) Thêm tteokbokki tteok và ngâm nước vào chảo.

g) Để sôi trong vòng 10 đến 15 phút trên lửa vừa. Năm phút trước khi kết thúc nấu, thêm cọng hành lá. Ăn nóng.

# 40.Jajangmyeon (Mì đậu đen)

**THÀNH PHẦN:**
- 200g Chunjang
- 200g thịt ba chỉ, thái hạt lựu
- 2 chén hành tây, thái nhỏ
- 1 cốc bí xanh, thái hạt lựu
- 1 chén khoai tây, thái hạt lựu
- 1 cốc cà rốt, thái hạt lựu
- 4 chén mì nấu chín (tốt nhất là mì lúa mì)

**HƯỚNG DẪN:**
a) Đun nóng Chunjang trong chảo hoặc chảo lớn.
b) Thêm thịt ba chỉ thái hạt lựu và nấu cho đến khi chín vàng.
c) Thêm hành tây, bí xanh, khoai tây và cà rốt. Xào cho đến khi rau mềm.
d) Đổ vào một cốc nước và đun nhỏ lửa cho đến khi nước sốt đặc lại.
e) Rưới nước sốt lên mì đã nấu chín.

# 41. Jajangbap (Cơm đậu đen)

**THÀNH PHẦN:**
- 200g Chunjang
- 200g thịt bò xay
- 1 chén hành tây, thái hạt lựu
- 1 chén đậu xanh
- 1 chén cơm nấu chín

**HƯỚNG DẪN:**
a) Đun nóng Chunjang trong chảo.
b) Thêm thịt bò xay và nấu cho đến khi chín vàng.
c) Thêm hành tây và đậu xanh vào, khuấy đều cho đến khi rau mềm.
d) Đổ vào một cốc nước và đun nhỏ lửa cho đến khi nước sốt đặc lại.
e) Dọn nước sốt lên trên một bát cơm đã nấu chín.

## 42. Jajang Tteokbokki (Bánh gạo đậu đen)

**THÀNH PHẦN:**
- 200g Chunjang
- 1 chén bánh gạo
- 1 chén bánh cá, thái lát
- 1 chén bắp cải, thái nhỏ
- 2 cốc nước

**HƯỚNG DẪN:**
a) Đun nóng Chunjang trong chảo.
b) Thêm bánh gạo, chả cá và bắp cải.
c) Đổ nước vào đun nhỏ lửa cho đến khi nước sốt đặc lại và bánh gạo mềm.
d) Ăn nóng.

## 43.Jajang Mandu (Bánh bao đậu đen)

**THÀNH PHẦN:**
- 200g Chunjang
- 1 chén thịt lợn xay
- 1 chén đậu phụ, vỡ vụn
- 1 chén hành tây, thái nhỏ
- Giấy gói bánh bao

**HƯỚNG DẪN:**
a) Trộn Chunjang , thịt lợn xay, đậu phụ và hành tây vào tô.
b) Đặt một thìa hỗn hợp lên giấy gói bánh bao.
c) Gấp và niêm phong bánh bao.
d) Hấp hoặc chiên bánh bao cho đến khi chín.
e) Ăn kèm với nước chấm làm từ Chunjang trộn với nước tương.

# YANGNYEOM JANG (SỐT ĐẬU NÀNH THEO MÙI)

## 44. Nước sốt cay/ Maeun Yangnyeomjang

**THÀNH PHẦN:**
- 2 củ hành
- 2 đầu tỏi
- 260 g (9¼ oz ) gochugaru bột ớt
- 200 ml (¾ cốc) nước sốt cá cơm lên men
- 200 ml (¾ cốc) xi-rô gừng

**HƯỚNG DẪN:**
a) Gọt vỏ hành tây và chế biến trong máy xay thực phẩm nhỏ. Bóc vỏ tỏi và nghiền nát.
b) Trộn tỏi và hành tây với gochugaru , nước sốt cá cơm lên men và xi-rô gừng. Độ đặc phải khá dày. Nếu nước xốt quá lỏng, hãy thêm gochugaru . Đổ nước sốt vào lọ hoặc chai đã khử trùng trước.
c) Nước sốt này bảo quản được khoảng 6 tháng trong tủ lạnh.
d) MẸO Nếu bạn cần làm ướt hành tây để chế biến đúng cách, hãy dùng nước sốt cá cơm thay vì nước.

## 45. Nước xốt thịt nướng / Bulgogi Yangnyeom

**THÀNH PHẦN:**
- 1 củ hành tây
- 5 g (⅛ oz) gừng tươi
- ½ quả lê
- 6 tép tỏi
- 100 ml (ít ½ cốc) nước tương
- 50 ml (ít ¼ cốc) rượu trắng (soju hoặc gin)
- 2 thìa mật ong
- 35 g (1¼ oz) đường
- 1 thìa cà phê hạt tiêu

**HƯỚNG DẪN:**

a) Gọt vỏ hành tây và gừng. Gọt vỏ và loại bỏ lõi khỏi quả lê. Bóc vỏ tỏi. Xử lý mọi thứ cùng nhau trong một máy xay thực phẩm nhỏ.

b) Kết hợp các nguyên liệu đã chế biến với nước tương, rượu, mật ong, đường và hạt tiêu.

c) Nước sốt này có thể bảo quản được 1 tuần trong tủ lạnh. Tuy nhiên, tốt nhất nên ướp thịt ngay sau khi làm xong nước sốt. Thịt ướp có thể để được 2 ngày.

## 46.Cánh gà Yangnyeom Jang

**THÀNH PHẦN:**
- 2 pound cánh gà
- 1/4 cốc Yangnyeom Jang
- 2 muỗng canh nước tương
- 1 thìa mật ong
- 1 muỗng canh dầu mè
- 2 tép tỏi, băm nhỏ
- Hạt mè và hành lá để trang trí

**HƯỚNG DẪN:**

a) Trong một cái bát, trộn Yangnyeom Jang, nước tương, mật ong, dầu mè và tỏi băm.
b) Phủ cánh gà với nước xốt và để ướp trong ít nhất 30 phút.
c) Làm nóng lò ở nhiệt độ 400°F (200°C). Nướng cánh cho đến khi vàng và chín đều.
d) Trang trí với hạt vừng và hành lá xắt nhỏ trước khi dùng.

## 47. Đậu phụ xào Yangnyeom Jang

**THÀNH PHẦN:**
- 1 khối đậu phụ cứng, cắt hạt lựu
- 1/4 cốc Yangnyeom Jang
- 2 muỗng canh nước tương
- 1 muỗng canh dầu mè
- 1 muỗng canh dầu thực vật
- Rau hỗn hợp (ớt chuông, bông cải xanh, cà rốt)
- Cơm nấu sẵn để phục vụ

**HƯỚNG DẪN:**
a) Trộn Yangnyeom Jang, nước tương và dầu mè vào tô.
b) Cho đậu phụ cắt khối vào nước sốt và để ướp trong 15 phút.
c) Đun nóng dầu thực vật trong chảo, cho đậu phụ vào xào vàng.
d) Thêm rau trộn và tiếp tục xào cho đến khi mềm. Ăn kèm cơm đã nấu chín.

## 48. Tôm xiên nướng Yangnyeom Jang

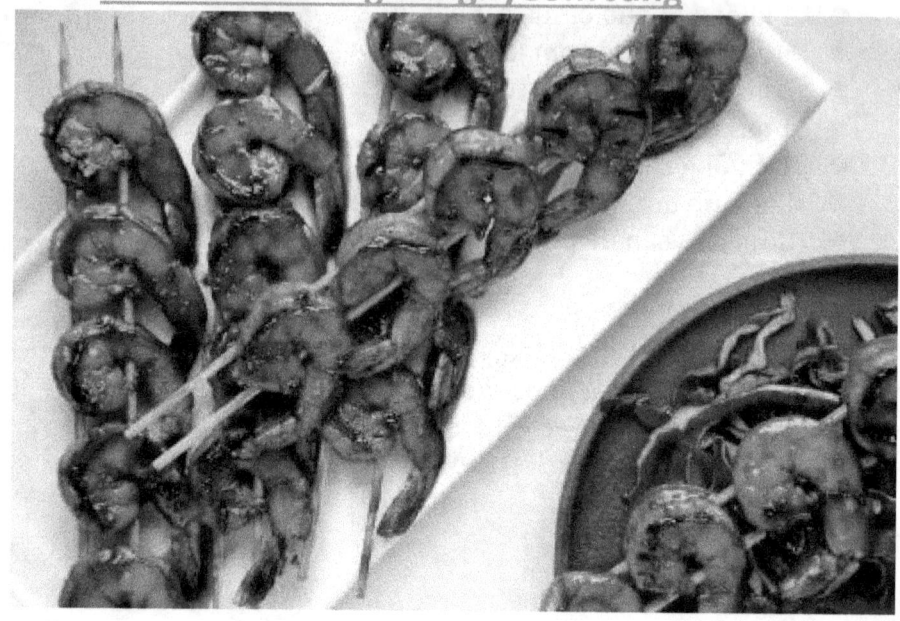

## THÀNH PHẦN:
- 1 lb tôm lớn, bóc vỏ và bỏ chỉ
- 1/4 cốc Yangnyeom Jang
- 2 muỗng canh giấm gạo
- 1 muỗng canh nước tương
- 1 muỗng canh dầu mè
- Que gỗ ngâm nước
- Nêm chanh để phục vụ

## HƯỚNG DẪN:
a) Trong một cái bát, trộn đều Yangnyeom Jang, giấm gạo, nước tương và dầu mè.
b) Xiên tôm vào xiên và phết hỗn hợp Yangnyeom Jang.
c) Nướng xiên tôm cho đến khi chín và hơi caramen.
d) Ăn kèm với chanh để ép.

## 49. Nước chấm Yangnyeom Jang cho bánh bao

**THÀNH PHẦN:**
- 1/4 cốc Yangnyeom Jang
- 1 muỗng canh giấm gạo
- 1 muỗng cà phê dầu mè
- 1 thìa cà phê đường
- 1 củ hành xanh, thái nhỏ

**HƯỚNG DẪN:**
a) Trộn Yangnyeom Jang, giấm gạo, dầu mè, đường và hành lá cắt nhỏ vào tô.
b) Khuấy cho đến khi kết hợp tốt.
c) Dùng làm nước chấm cho món bánh bao yêu thích của bạn.

## 50. Thịt bò xào Yangnyeom Jang

**THÀNH PHẦN:**
- 1 lb thăn bò, thái lát mỏng
- 1/4 cốc Yangnyeom Jang
- 2 muỗng canh nước tương
- 1 muỗng canh dầu mè
- 1 muỗng canh dầu thực vật
- 1 quả ớt chuông đỏ, thái lát mỏng
- 1 củ hành tây, thái lát mỏng
- Cơm nấu sẵn để phục vụ

**HƯỚNG DẪN:**
a) Trộn Yangnyeom Jang, nước tương và dầu mè trong một cái bát.
b) Ướp thịt bò thái lát vào hỗn hợp trong 15-20 phút.
c) Đun nóng dầu thực vật trong chảo, xào thịt bò cho đến khi chín vàng.
d) Thêm ớt chuông thái lát và hành tây vào xào cho đến khi rau mềm. Ăn kèm cơm đã nấu chín.

## 51. Yangnyeom Jang

**THÀNH PHẦN:**
- 1 lb phi lê cá hồi, cắt thành khối
- 1/4 cốc Yangnyeom Jang
- 2 muỗng canh giấm gạo
- 1 muỗng canh nước tương
- 1 thìa mật ong
- Que gỗ ngâm nước
- Hạt mè để trang trí

**HƯỚNG DẪN:**
a) Trong một cái bát, trộn đều Yangnyeom Jang, giấm gạo, nước tương và mật ong.
b) Xiên miếng cá hồi vào xiên và phết hỗn hợp Yangnyeom Jang.
c) Nướng xiên cá hồi cho đến khi chín, rưới thêm nước sốt nếu cần.
d) Trang trí với hạt vừng trước khi dùng.

## 52. Yangnyeom Jang

**THÀNH PHẦN:**
- 8 oz mì (ramen hoặc soba)
- 1/4 cốc Yangnyeom Jang
- 2 muỗng canh nước tương
- 1 muỗng canh dầu mè
- 1 quả dưa chuột, thái hạt lựu
- 1 củ cà rốt, thái hạt lựu
- Hạt mè và hành lá để trang trí

**HƯỚNG DẪN:**
a) Luộc mì theo hướng dẫn trên bao bì, sau đó xả qua nước lạnh và để ráo nước.
b) Trộn Yangnyeom Jang, nước tương và dầu mè trong một cái bát.
c) Trộn mì đã nấu chín với nước sốt, dưa chuột và cà rốt.
d) Trang trí với hạt vừng và hành lá trước khi dùng.

## 53. Yangnyeom Jang

**THÀNH PHẦN:**
- 1 khối đậu phụ cứng, cắt thành khối
- 1/4 cốc Yangnyeom Jang
- 2 muỗng canh nước tương
- 1 muỗng canh dầu mè
- Que gỗ ngâm nước
- Hạt mè để trang trí

**HƯỚNG DẪN:**
a) Trộn Yangnyeom Jang, nước tương và dầu mè vào tô.
b) Xâu các khối đậu phụ vào xiên và phết hỗn hợp Yangnyeom Jang.
c) Nướng hoặc nướng xiên đậu hũ cho đến khi chín vàng.
d) Rắc hạt vừng trước khi ăn.

# MAESIL JANG (SỐT MẬN)

## 54. Cánh gà tráng men Maesil Jang

**THÀNH PHẦN:**
- 1kg cánh gà
- 1/2 chén húng quế jang
- 1/4 chén nước tương
- 2 thìa mật ong
- 2 tép tỏi, băm nhỏ
- 1 thìa cà phê gừng, nạo
- Hạt mè và hành lá để trang trí

**HƯỚNG DẪN:**
a) Trộn maesil jang , nước tương, mật ong, tỏi và gừng cho vào tô để làm men.
b) Phủ cánh gà bằng men và ướp trong ít nhất 30 phút.
c) Làm nóng lò ở nhiệt độ 200°C (400°F).
d) Nướng cánh trong lò khoảng 40-45 phút hoặc cho đến khi giòn và chín đều.
e) Trang trí với hạt vừng và hành lá xắt nhỏ trước khi dùng.

# 55. Sốt Salad Maesil Jang

**THÀNH PHẦN:**
- 1/4 cốc húng quế jang
- 2 muỗng canh dầu ô liu
- 1 muỗng canh giấm gạo
- 1 thìa cà phê nước tương
- Muối và hạt tiêu cho vừa ăn

**HƯỚNG DẪN:**

a) Trộn đều maesil jang , dầu ô liu, giấm gạo, nước tương, muối và hạt tiêu.

b) Rưới nước sốt lên món salad yêu thích của bạn ngay trước khi dùng.

# 56. Cá hồi tráng men Maesil Jang

**THÀNH PHẦN:**
- 4 phi lê cá hồi
- 1/3 chén húng quế jang
- 2 muỗng canh nước tương
- 1 muỗng canh dầu mè
- 1 thìa tỏi băm
- 1 muỗng canh hạt vừng để trang trí

**HƯỚNG DẪN:**
a) Trong một cái bát, trộn maesil jang, nước tương, dầu mè và tỏi băm để tạo lớp men.
b) Phủ men lên phi lê cá hồi.
c) Nướng hoặc nướng cá hồi cho đến khi chín theo ý thích của bạn.
d) Trang trí với hạt vừng trước khi dùng.

# 57. Trà Đá Maesil Jang

**THÀNH PHẦN:**
- 2 thìa canh maesil jang
- 2 cốc nước
- 1-2 thìa mật ong (tùy chọn)
- Khối nước đá
- Những lát chanh để trang trí

**HƯỚNG DẪN:**
a) Hoà tan maesil jang trong nước. Thêm mật ong nếu bạn thích vị ngọt hơn.
b) Làm lạnh hỗn hợp trong tủ lạnh.
c) Đổ maesil trà jang với đá viên.
d) Trang trí với những lát chanh và thưởng thức ly trà đá sảng khoái của bạn.

## 58. Rau xào Maesil Jang

**THÀNH PHẦN:**
- Các loại rau (bông cải xanh, ớt chuông, cà rốt, đậu Hà Lan)
- 1/4 cốc Maesil Jang
- 2 muỗng canh nước tương
- 1 muỗng canh dầu thực vật
- Hạt mè để trang trí

**HƯỚNG DẪN:**
a) Xào rau trong dầu thực vật cho đến khi chúng giòn và mềm.
b) Trong một bát nhỏ, trộn Maesil Jang và nước tương.
c) Đổ hỗn hợp Maesil Jang lên rau và trộn đều.
d) Trang trí với hạt vừng trước khi dùng.

# 59. Thịt lợn xào Maesil Jang

**THÀNH PHẦN:**
- 1 lb thịt thăn lợn, thái lát mỏng
- 1/4 cốc Maesil Jang
- 2 muỗng canh nước tương
- 1 muỗng canh bột bắp
- 1 muỗng canh dầu thực vật
- Rau hỗn hợp (ớt chuông, bông cải xanh, cà rốt)
- Cơm nấu sẵn để phục vụ

**HƯỚNG DẪN:**
a) Trong một cái bát, trộn Maesil Jang, nước tương và bột ngô.
b) Đun nóng dầu thực vật trong chảo, xào thịt lợn cho đến khi chín vàng.
c) Thêm rau trộn và tiếp tục xào cho đến khi mềm.
d) Đổ hỗn hợp Maesil Jang lên thịt lợn và rau. Khuấy đều cho đến khi mọi thứ được phủ đều và đun nóng. Ăn kèm cơm đã nấu chín.

## 60. Sườn BBQ Maesil Jang

**THÀNH PHẦN:**
- 2 lbs sườn heo
- 1/2 chén Maesil Jang
- 2 muỗng canh nước tương
- 1 muỗng canh gừng xay
- 2 tép tỏi, băm nhỏ
- 1 muỗng canh dầu mè

**HƯỚNG DẪN:**
a) Trong một bát, trộn Maesil Jang, nước tương, gừng bào sợi, tỏi và dầu mè.
b) Ướp sườn trong hỗn hợp ít nhất 2 tiếng.
c) Nướng hoặc nướng sườn cho đến khi chín hoàn toàn và có màu caramen.
d) Quét thêm men Maesil Jang trước khi dùng.

# 61. Trà nóng ngâm gừng và Maesil Jang

**THÀNH PHẦN:**
- 4 cốc nước
- 3 lát gừng tươi
- 2 thìa Maesil Jang
- Mật ong, nếm

**HƯỚNG DẪN:**
a) Trong nồi, đun sôi nước và lát gừng.
b) Giảm nhiệt và đun nhỏ lửa trong 5 phút. Loại bỏ các lát gừng.
c) Khuấy Maesil Jang và mật ong cho đến khi hòa tan.
d) Đổ vào cốc và thưởng thức như một tách trà nóng nhẹ nhàng.

# MATGANJANG (SỐT ĐẬU NÀNH THEO MÙI)

## 62. Cơm Chiên Tôm Dứa/ Bánh Bokkeumbap Hawaii

**THÀNH PHẦN:**
- ½ cọng hành lá (không có củ)
- ¼ dưa chuột
- 1 củ hành tây
- 1 củ cà rốt
- ½ quả dứa
- 3 quả trứng
- ½ muỗng cà phê muối
- 1 nhúm hạt tiêu
- 1 thìa cà phê bột tỏi
- 40 g (1½ oz) bơ, cùng với một núm vặn
- 2 muỗng canh sốt ganjang
- 200 g (7 oz) tôm bóc vỏ
- 350 g (12 oz) cơm trắng nấu chín, để nguội
- Sốt cà chua

**HƯỚNG DẪN:**

a) Cắt nhỏ thân hành lá. Cắt dưa chuột, hành tây và cà rốt thành khối 5 mm (¼ inch). Cắt thịt dứa thành khối 1 cm (½ inch).

b) Đánh trứng và nêm muối, hạt tiêu và bột tỏi.

c) Đun nóng bơ trên lửa cao trong chảo rán. Thêm hành lá và hành tây vào xào cho đến khi hành tây bắt đầu chuyển sang màu trong. Thêm cà rốt, dưa chuột và mat ganjang; nấu cho đến khi cà rốt mềm. Thêm dứa và tôm đã bóc vỏ vào xào trong 3 phút.

d) Cho cơm trắng đã nấu chín vào chảo. Trộn đều. Hương vị gia vị và điều chỉnh với muối khi cần thiết. Đẩy toàn bộ cơm chiên sang một bên chảo. Đặt một núm bơ vào để trống của chảo. Thêm trứng đã đánh vào và khuấy cho đến khi chín một nửa – trứng vẫn còn hơi sủi bọt. Trộn qua cơm.

e) Phục vụ trong nửa quả dứa rỗng hoặc từng phần riêng lẻ với một vài dòng sốt cà chua rưới lên trên. Ăn kèm với dưa chua nước tương, dưa chua củ cải trắng hoặc củ cải vàng ướp bên cạnh nếu muốn.

## 63. Bò Hàn Quốc Tartare/ Yukhoe

**THÀNH PHẦN:**
- 2 tép tỏi
- Tỏi tây 1,5 cm (⅝ inch) (phần trắng)
- ½ quả lê Hàn Quốc (hoặc ½ quả lê xanh)
- 300 g (10½ oz) phi lê thịt bò hoặc thăn ngoại tươi
- 2 muỗng canh sốt matganjang
- 1 muỗng canh dầu mè
- 1 muỗng canh đường
- ½ muỗng canh hạt vừng (hoặc hạt thông), cộng thêm để rắc
- 50 g (1¾ oz) tên lửa (arugula)
- 1 lòng đỏ trứng
- Muối và tiêu

**HƯỚNG DẪN:**

a) Nghiền nát tỏi. Cắt nhỏ tỏi tây. Gọt vỏ quả lê và cắt thành que diêm dày 5 mm (¼ inch). Dùng khăn giấy vỗ nhẹ vào thịt để loại bỏ máu thừa. Cắt thịt bò thành từng miếng có độ dày như nhau.

b) Trộn thịt với tỏi, tỏi tây, mat ganjang, dầu mè, đường, hạt vừng hoặc hạt thông, muối và hạt tiêu bằng đũa hoặc nĩa. Tránh trộn bằng tay để không làm thay đổi màu sắc của thịt do nhiệt độ cơ thể.

c) Xếp lá tên lửa vào đĩa. Đặt que diêm quả lê lên trên. Nhấn thịt vào tô rồi úp thịt lên quả lê. Ấn nhẹ vào giữa miếng thịt để tạo vết lõm rồi nhẹ nhàng cho lòng đỏ trứng vào. Rắc thêm vừng hoặc hạt thông vào.

d) Ăn bằng cách chọc thủng lòng đỏ trứng rồi dùng làm nước sốt để chấm từng miếng thịt vào.

## 64. Nấm Xào/ Beoseot-Bokkeum

## THÀNH PHẦN:
- 5 nấm saesongyi (nấm sò vua)
- Tỏi tây 2 cm (¾ inch) (phần trắng)
- 2 muỗng canh dầu thực vật trung tính
- ½ thìa đường
- 1 muỗng canh nước tương
- 1 muỗng canh dầu hào
- 1 thìa mật ong
- 1 nhúm ớt ngon
- ½ muỗng canh hạt vừng đen

## HƯỚNG DẪN:
a) Cắt nấm làm đôi theo chiều dọc, sau đó thành dải dài dày 5 mm (¼ inch). Cắt nhỏ tỏi tây.
b) Phủ dầu thực vật lên chảo rán và xào tỏi tây trên lửa cao cho đến khi có mùi thơm. Thêm nấm vào chảo và xào.
c) Khi nước nấm bắt đầu chảy ra, tạo một cái giếng ở giữa chảo rồi đổ đường, nước tương và dầu hào vào. Để nóng trong 15 giây, sau đó trộn đều với nấm. Xào thêm 2 phút nữa.
d) Tắt bếp nhưng vẫn để chảo trên bếp hoặc bếp điện. Nêm mật ong và hạt tiêu, sau đó trộn đều. Ăn kèm với hạt vừng. Thưởng thức nóng hoặc lạnh.

## 65. Củ sen chua ngọt/ Yeongeun-Jorim

## THÀNH PHẦN:
- 500ml (2 cốc) nước
- dasima vuông (10 cm/4 inch) (kombu)
- 500 g (1 lb 2 oz ) củ sen
- 1 muỗng canh giấm trắng
- 4 thìa đường
- 2 muỗng canh dầu thực vật trung tính
- 100 ml (ít ½ cốc) nước tương
- 2 muỗng canh rượu trắng
- 1 thìa mật ong
- ½ muỗng canh hạt vừng

## HƯỚNG DẪN:
a) Đổ 500 ml (2 cốc) nước vào nồi và thêm rong biển dasima vào. Đun sôi và nấu trong 20 phút trên lửa vừa. Bỏ rong biển đi và giữ lại nước dùng.

b) Gọt vỏ củ sen và cắt thành lát dày 1 cm (½ inch). Đặt chúng vào nồi và đậy lại bằng nước lạnh. Thêm giấm. Đun sôi ở nhiệt độ cao và nấu trong 10 phút. Xả và rửa sạch rễ sen dưới nước lạnh. Bỏ nước nấu đi.

c) Trộn củ sen và đường vào tô. Để yên ở nhiệt độ phòng cho đến khi đường tan hết.

d) Làm nóng chảo rán có phủ dầu thực vật. Khi dầu hơi nóng, đổ nước ngọt vào củ sen. Đổ nước tương, rượu trắng và nước luộc rong biển lên trên. Đun nhỏ lửa ở lửa vừa cho đến khi không còn chất lỏng, khoảng 20 đến 30 phút. Tắt lửa và thêm mật ong và hạt mè.

e) Món ăn kèm này có thể dùng nóng hoặc lạnh và có thể bảo quản trong tủ lạnh tối đa 5 ngày.

## 66.thịt bò và rau cay/ Yukgaejang

## THÀNH PHẦN:
- 500 g (1 lb 2 oz) bít tết móc (onglet)
- 1,5 lít (6 cốc) nước
- 50 ml (ít ¼ cốc) rượu trắng (soju hoặc gin)
- 3 tép tỏi
- 2 lá tỏi tây xanh
- 100 g (3½ oz) nước sốt cay
- 3 muỗng canh sốt matganjang
- 200 g (7 oz) giá đỗ
- 5 nấm pyogo (nấm shiitake) hoặc nấm sò
- Tỏi tây 25 cm (10 inch) (phần trắng)
- 1 muỗng canh dầu mè
- 1 muỗng canh dầu thực vật trung tính
- 3 muỗng canh nước tương
- ½ thìa cà phê tiêu Muối

## HƯỚNG DẪN:
a) Cắt thịt thành miếng rộng khoảng 15 cm (6 inch). Ngâm thịt trong nước lạnh khoảng 1 tiếng rưỡi cho hết máu, 30 phút thay nước một lần rồi vớt ra để ráo. Đun sôi 1,5 lít (6 cốc) nước. Thêm thịt, rượu, tép tỏi bóc vỏ và lá tỏi tây xanh vào. Nấu trên lửa vừa trong 40 phút mà không đậy nắp sau khi đun sôi trở lại.

b) Dùng thìa loại bỏ bọt trên bề mặt nước dùng. Tách nước dùng ra khỏi thịt, bỏ tỏi và lá tỏi tây xanh nhưng giữ lại nước dùng. Khi thịt đủ nguội, dùng tay xé nhỏ.

c) Trộn nó với nước xốt cay và mat ganjang. Cho phép đứng.

d) Trong khi đó, rửa sạch giá đỗ. Cắt nấm thành lát 1,5 cm (⅝ inch). Cắt tỏi tây trắng thành năm phần, mỗi phần dài 5 cm (2 inch), sau đó mỗi phần làm đôi theo chiều dọc và mỗi nửa làm bốn phần theo chiều dọc (lý tưởng là chiều rộng 1 cm/½ inch).

e) Đun nóng dầu mè và dầu thực vật trong chảo. Khi thịt nóng lên, cho thịt vào xào trong 3 phút. Thêm lòng trắng tỏi tây và nước tương vào rồi trộn đều, sau đó thêm khoảng 1 lít (4 cốc) nước dùng đã để sẵn vào.

f) Nấu trên lửa cao trong 10 phút sau khi sôi trở lại.

g) Thêm nấm và giá đỗ vào đun thêm 10 phút nữa. Nêm muối và hạt tiêu.

## 67. Củ Cải Trắng Xào/Mu- Namul

## THÀNH PHẦN:
- 450 g (1 lb) củ cải trắng (daikon)
- Tỏi tây 2 cm (¾ inch) (phần trắng)
- 2 tép tỏi
- 3 muỗng canh dầu mè
- 1 muỗng canh sốt matganjang
- 1 thìa cà phê muối
- 1 thìa cà phê đường
- 1 muỗng canh hạt vừng

## HƯỚNG DẪN:
a) Gọt vỏ củ cải trắng và cắt thành que diêm dày 5 mm (¼ inch).
b) Băm tỏi tây trắng và nghiền nát tỏi.
c) Phủ một lớp dầu mè lên chảo rồi xào tỏi tây và tỏi trên lửa cao cho đến khi có mùi thơm. Thêm củ cải vào chảo. Tạo một cái giếng ở giữa các củ cải và đổ ganjang vào chiếu. Để nóng trong 15 giây, sau đó trộn đều với củ cải. Sau 4 phút, cho muối và đường vào khuấy đều rồi giảm lửa vừa. Xào trong khoảng 15 phút. Nếu củ cải bắt đầu cháy, hãy thêm một ít nước.
d) Việc nấu ăn được thực hiện khi củ cải trong và mềm. Nêm muối cho vừa ăn. Ăn kèm với hạt vừng. Thưởng thức nóng hoặc lạnh.

## 68.Đậu xanh xào/Đậu xanh Bokkeum

## THÀNH PHẦN:
- 500 g (1 lb 2 oz ) đậu xanh mỏng
- 10 tép tỏi
- 100 g (3½ oz ) thịt xông khói
- 2 muỗng canh hạt vừng
- 3 muỗng canh dầu ô liu
- 2 muỗng canh sốt matganjang
- 1 thìa cà phê muối

## HƯỚNG DẪN:

a) Đầu và đuôi và rửa sạch đậu xanh. Cho một ít nước muối vào nồi đun sôi rồi cho đậu vào. Nấu trong 2 phút sau khi sôi. Xả đậu ngay lập tức và ngâm chúng dưới nước lạnh. Bóc vỏ tỏi, cắt làm đôi và loại bỏ mầm nếu muốn. Cắt thịt xông khói thành miếng rộng 1 cm (½ inch). Nghiền nát hạt vừng.

b) Phủ một lớp dầu ô liu lên đáy chảo rồi xào tỏi trên lửa cao cho đến khi vàng. Thêm thịt xông khói vào chảo và xào. Khi thịt xông khói chín, cho đậu và mat ganjang vào . Xào trong 5 phút. Thêm hạt mè nghiền nát và nêm muối. Xào thêm 2 phút nữa. Thưởng thức nóng hoặc lạnh.

## 69. Salad Đậu Hũ/ Dubu -Salad

## THÀNH PHẦN:
- 300 g (10½ oz) đậu phụ cứng
- 3 muỗng canh dầu thực vật trung tính
- ½ quả ớt chuông vàng (tiêu)
- 20 quả cà chua bi
- ¼ xà lách lá sồi đỏ
- 300 g (10½ oz) rau diếp cừu
- Hạt mè đen
- Muối

## NƯỚC XỐT
- ½ quả chanh
- 4 muỗng canh sốt matganjang
- 2 muỗng canh dầu ô liu
- ½ thìa cà phê tiêu
- ½ củ hẹ

## HƯỚNG DẪN:
a) Cắt khối đậu phụ thành khối vuông 1,5 cm (⅝ inch). Làm nóng chảo rán đã phủ một lớp dầu thực vật rồi cho các viên đậu phụ vào chảo. Chiên trên lửa vừa cho đến khi vàng đều các mặt, dùng thìa và thìa đảo các khối để không bị gãy. Nêm muối mỗi bên trong khi nấu. Sau khi nấu xong, để đậu phụ nguội trên khăn giấy.

b) Cắt ớt thành dải mỏng. Cắt cà chua bi làm đôi.

c) Đối với nước sốt, vắt chanh và trộn nước ép với mat ganjang, dầu ô liu và hạt tiêu. Cắt nhỏ hẹ và thêm vào nước sốt.

d) Xếp lá sồi và rau diếp cừu vào đĩa phục vụ. Rải đậu phụ, ớt chuông và cà chua bi lên trên. Rắc hạt vừng và rưới nước sốt.

## 70.Cá chiên/ Salad Seangseon-Tuigim

**THÀNH PHẦN:**
- ¼ xà lách tảng băng trôi
- ¼ xà lách mềm
- ½ củ hành tây
- 700 g (1 lb 9 oz) cá trắng
- 2 quả trứng vừa
- 80 g (2¾ oz) bột mì thường (đa năng)
- 120 g (4¼ oz) vụn bánh mì panko
- 1 lít (4 cốc) dầu thực vật trung tính
- Bột tỏi
- Muối và tiêu

**NƯỚC XỐT**
- 4 muỗng canh sốt matganjang
- 2 thìa đường
- 4 muỗng canh táo hoặc giấm táo
- 3 muỗng canh nước khoáng
- 1 nhúm hạt tiêu

**HƯỚNG DẪN:**
a) Rửa sạch và cắt nhỏ rau diếp. Cắt mỏng hành tây. Ngâm hành tây thái lát vào nước lạnh có pha vài giọt giấm trong 5 phút rồi vớt ra để ráo. Trộn tất cả các nguyên liệu làm nước sốt lại với nhau để làm nước sốt.
b) Cắt cá thành miếng hình chữ nhật dày 3 cm (1¼ inch), rộng 5 cm (2 inch) và dài khoảng 7 cm (2¾ inch). Rắc từng miếng với muối, hạt tiêu và bột tỏi rồi để ướp trong 5 phút. Đánh trứng. Phủ từng miếng cá bằng bột mì, sau đó đánh trứng, sau đó là vụn bánh mì panko.
c) Đun nóng dầu thực vật đến 170°C (340°F). Thả từng miếng cá vào dầu và nấu trong 7 phút. Cẩn thận loại bỏ chúng. Đặt chúng vào một cái chao và để ráo nước trong 5 phút. Chiên lại trong 3 phút và để ráo nước lần nữa trong 5 phút.
d) Trải các miếng salad và hành tây lên đĩa phục vụ. Rưới nước sốt.
e) Xếp cá chiên lên trên.

## 71. Tteokbokki Với nước tương/ Ganjang-Tteokbokki

## THÀNH PHẦN:
- cà rốt
- Tỏi tây 10 cm (4 inch) (phần trắng)
- 200 g (7 oz ) chả cá
- 250ml (1 cốc) nước
- 3 thìa đường
- 300 g (10½ oz ) bánh tteokbokki tteok
- 100 ml (ít ½ cốc) sốt ganjang
- ½ thìa cà phê hạt tiêu Hạt vừng

## HƯỚNG DẪN:
a) Cắt đôi củ cà rốt thành hai khúc gỗ, sau đó cắt đôi theo chiều dọc và cuối cùng thành các dải mỏng theo chiều dọc. Cắt tỏi tây theo đường chéo thành các phần dày 2 cm (¾ inch). Cắt chả cá theo đường chéo.

b) Đổ nước vào chảo rán. Thêm đường và đun sôi. Ngay lập tức giảm nhiệt xuống mức trung bình và cho tteokbokki vào tteok . Đun nhỏ lửa trong 5 phút, khuấy đều để chúng không dính vào đáy chảo hoặc dính vào nhau, tách chúng ra nếu cần.

c) Thêm mat ganjang , tỏi tây, cà rốt và bột cá. Đun nhỏ lửa trong 10 phút, khuấy liên tục.

d) Khi nước sốt đã giảm đi một nửa, hãy thêm hạt tiêu và một ít hạt vừng vào. Nếu cần có thể thêm một ít mat ganjang .

## 72.Súp rong biển đá/ Miyeok-Naengguk

## THÀNH PHẦN:
- 10 g (¼ oz) rong biển miyeok (wakame)
- 100 g (3½ oz) củ cải trắng (daikon)
- ½ thìa muối 5 thìa đường
- ½ củ cà rốt
- ¼ củ hành
- 100 ml (ít ½ cốc) táo hoặc giấm trắng
- 1 muỗng cà phê nước sốt cá cơm lên men
- 2 muỗng canh sốt ganjang
- 600 ml (2 cốc) nước khoáng
- 1 nhúm hạt vừng
- Đá viên, để phục vụ

## HƯỚNG DẪN:
a) Để rong biển bù nước trong 20 phút trong một tô lớn chứa đầy nước. Xả và đổ 1 lít (4 cốc) nước sôi lên rong biển trước khi để nguội dưới vòi nước rồi để ráo nước lại. Dùng tay bóp rong biển để loại bỏ nước thừa rồi dùng kéo cắt thô.

b) Cắt củ cải thành que diêm. Ướp với muối và 1 thìa đường trong 15 phút. Xả và ấn nhẹ bằng tay để chiết xuất một phần chất lỏng. Cắt cà rốt thành que diêm. Cắt hành tây thành từng que diêm và ngâm trong nước lạnh có pha vài giọt giấm trong 10 phút rồi vớt ra để ráo.

c) Trộn rong biển, giấm và 4 thìa đường với nhau trong một cái bát. Thêm hành tây, cà rốt, củ cải, sốt cá cơm lên men, mat ganjang và nước khoáng. Trộn lại và nêm muối.

d) Trước khi dùng, rắc hạt vừng và thêm vài viên đá vào bát phục vụ.

## 73.Cá tráp hấp/ Domi-Jjim

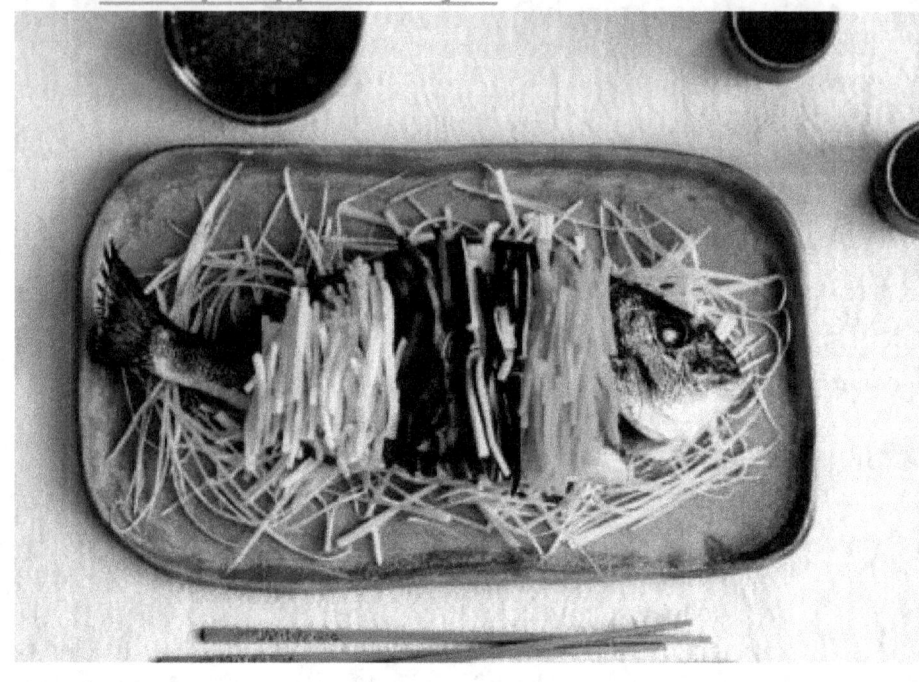

**THÀNH PHẦN:**
- 1 con cá tráp nguyên con, bỏ ruột
- 3 muỗng canh rượu trắng (soju hoặc gin)
- 2 thìa cà phê muối biển
- 2 thìa cà phê gừng xay
- ½ thìa cà phê tiêu 6 lá tỏi xanh
- 5 g (⅛ oz) gừng tươi
- ½ quả chanh

**PHỦ BÊN TRÊN THỨC ĂN**
- 1 quả trứng vừa
- 2 nấm pyogo (nấm shiitake)
- ½ muỗng canh xi-rô gừng
- 1 muỗng canh sốt ganjang
- cà rốt
- bí xanh ( bí xanh )
- ½ tỏi tây (phần trắng)
- Dầu thực vật trung tính
- Muối

**NƯỚC XỐT**
- 1 muỗng canh nước tương
- 2 muỗng canh táo hoặc giấm táo
- ½ thìa đường
- ½ muỗng cà phê mù tạt

**HƯỚNG DẪN:**

a) Dùng dao cạo nhẹ nhàng bên ngoài cá tráp theo chiều ngược lại với vảy để loại bỏ chúng. Làm sạch cá, cẩn thận làm sạch đuôi và vây bằng cách chà xát kỹ giữa hai ngón tay. Làm sạch hoàn toàn bên trong và mang dưới vòi nước chảy. Trộn rượu soju, muối biển, gừng xay và hạt tiêu với nhau. Massage cá tráp với nước xốt này từ trong ra ngoài. Đặt sang một bên trong 15 phút.

b) Chuẩn bị phần trên cùng. Tách lòng trắng trứng ra khỏi lòng đỏ. Nêm cả hai với một chút muối rồi đánh riêng. Làm món trứng tráng mỏng trên chảo dầu nóng với lòng trắng, sau đó là lòng đỏ; cắt chúng thành dải. Cắt nấm thành que diêm trộn với siro gừng và sốt mat ganjang . Xào trong 3 phút với một ít dầu trung tính. Cắt cà rốt thành que diêm và xào trong 3 phút với một ít dầu trung tính, rắc một chút muối. Lặp lại với bí xanh. Kết thúc bằng cách cắt nhỏ phần trắng của tỏi tây.

c) Thực hiện ba vết cắt lớn ở mỗi bên của cá tráp ở góc 30 độ. Đặt xửng hấp vào lò nướng kiểu Hà Lan và đổ nước xuống phía dưới rổ khoảng 2 cm (¾ inch). Xếp lá tỏi tây xanh, gừng tươi thái lát và chanh thái mỏng vào giỏ. Đặt cá tráp lên trên và đổ phần nước xốt còn lại lên trên. Đậy nắp và đun sôi. Đun nhỏ lửa trong 15 phút trên lửa vừa, đậy nắp. Tắt lửa và để yên trong 5 phút mà không cần tháo nắp. Mở và để nguội trong vài phút.

d) Trộn đều các nguyên liệu nước sốt với nhau. Đặt cá tráp lên trên lớp tỏi tây trắng đã cắt nhỏ. Đặt từng nguyên liệu làm phần trên lên trên. Ăn bằng cách lấy một ít thịt cá, topping và chấm với nước sốt.

## 74. Rau bina mè / Sigeumchi-Namul

## THÀNH PHẦN:
- 2 tép tỏi
- Tỏi tây 1 cm (½ inch) (phần trắng)
- 600 g (1 lb 5 oz ) rau chân vịt tươi
- ½ muỗng canh sốt ganjang
- 3 muỗng canh dầu mè
- ½ muỗng canh hạt vừng Muối

## HƯỚNG DẪN:
a) Nghiền nát tép tỏi và thái nhỏ tỏi tây. Lá rau muống rửa sạch, cắt bỏ phần cuống nếu lá quá dày. Nếu lá rất rộng, hãy cắt chúng làm đôi theo chiều ngang.

b) Đun sôi nước muối trong nồi rồi cho rau bina vào. Ngay khi lá bắt đầu héo, hãy để ráo nước trong một cái chao và xả dưới vòi nước lạnh để chúng không bị chín. Lấy một nắm lớn lá đã nguội và dùng tay bóp để loại bỏ nước thừa, sau đó cho vào tô.

c) Thêm tỏi, tỏi tây, chiều ganjang và dầu mè vào rau chân vịt. Xoa mạnh hạt vừng giữa hai bàn tay để nghiền nát chúng, sau đó thêm chúng vào hỗn hợp rau bina. Cẩn thận trộn tất cả lại với nhau, gỡ lá rau bina ra. Kiểm tra gia vị và điều chỉnh muối cho vừa ăn.

## 75. Cá tuyết cuộn/ Seangseon-Marigui

## THÀNH PHẦN:
- cà rốt
- 2 cây nấm pyogo (nấm shiitake)
- 4 củ tỏi
- 80 g (2¾ oz) giá đỗ
- 400 g (14 oz)
- 2 muỗng canh rượu trắng
- 1 muỗng canh xi-rô gừng
- 4 muỗng canh sốt matganjang
- 1 muỗng cà phê dầu mè
- 1 nhúm hạt tiêu
- 3 muỗng canh trung tính
- dầu thực vật

## HƯỚNG DẪN:
a) Nướng cà rốt. Cắt mỏng nấm. Cắt hẹ thành từng miếng 5 cm (2 inch). Rửa và để ráo giá đỗ. Cắt cá thành từng lát dài khoảng 12 cm (4½ inch) và rộng 1 cm (½ inch).

b) Trên mỗi miếng cá đặt một ít cà rốt, vài lá hẹ, 1 lát nấm và vài giá đỗ. Cuộn cá để bao bọc các nguyên liệu và cố định bằng tăm gỗ nhỏ.

c) Để làm nước xốt, trộn rượu vang, xi-rô gừng, mat ganjang, dầu mè và hạt tiêu. Đun nóng chảo rán có phủ dầu thực vật trên lửa vừa. Khi dầu bắt đầu nóng, cho từng cuộn cá vào chảo. Chiên trong 3 phút, đảo mặt để chín toàn bộ bề mặt cuộn. Thêm nước xốt. Đun nhỏ lửa ở lửa nhỏ trong 5 phút, lật nhẹ các cuộn bánh để chúng không bị bung ra.

d) Loại bỏ tăm trước khi phục vụ.

# GANJANG (SỐT ĐẬU NÀNH)

## 76. Cơm chiên kim chi/Kimchi Bokkeumbap

## THÀNH PHẦN:
- 400 g (14 oz ) kim chi bắp cải
- 1 muỗng canh đường
- 1 thìa cà phê bột tỏi
- 1 nhánh hành lá (không có củ)
- 320 g (11¼ oz ) cá ngừ cắt miếng trong dầu hướng dương
- 2 muỗng canh dầu thực vật trung tính
- 1 muỗng canh gochugaru bột ớt
- 2 muỗng canh nước tương
- 1 muỗng canh nước sốt cá cơm lên men
- 400 g (14 oz ) cơm trắng nấu chín, để nguội
- 4 quả trứng chiên

## HƯỚNG DẪN:
a) Cho kim chi vào tô và dùng kéo cắt thành từng miếng nhỏ.
b) Thêm đường và bột tỏi vào rồi trộn đều. Đứng trong 5 phút.
c) Cắt nhỏ thân hành lá. Xả cá ngừ. Phủ một lớp dầu thực vật lên chảo rán. Cho hành lá cắt nhỏ vào và vặn lửa lớn. Xào cho đến khi hành lá bắt đầu mềm. Thêm kim chi và gochugaru . Xào trong 5 phút cho đến khi kim chi hơi trong. Thêm cá ngừ, nước tương và nước sốt cá cơm lên men. Xào trong 5 phút.
d) Cho cơm trắng đã nấu chín vào chảo khi tất cả nguyên liệu đã quyện đều . Trộn đều gạo để có màu đều . Khi cơm đã ngấm đều màu kim chi là quá trình nấu đã hoàn tất.
e) Ăn từng phần riêng lẻ bằng cách đặt một quả trứng rán lên trên bokkeumbap kim chi . Ăn kèm với dưa chua nước tương hoặc dưa chua củ cải trắng nếu muốn.

## 77.Salad Surimi/ Keuraemi -Salad

**THÀNH PHẦN:**
- ¼ xà lách xanh
- ¼ củ hành
- quả dưa chuột
- 1 muỗng canh hạt vừng
- 12 que surimi (cua)

**NƯỚC XỐT**
- 2 muỗng cà phê táo hoặc giấm táo
- 2 thìa đường
- 1 muỗng canh nước tương
- 1 thìa cà phê mù tạt
- ½ thìa cà phê tiêu

**HƯỚNG DẪN:**

a) Rửa sạch xà lách, sau đó để ráo nước và xé lá. Hành tây thái mỏng rồi ngâm vào tô nước có pha vài giọt giấm. Để yên trong nước trong 10 phút, sau đó để ráo nước.

b) Cắt dưa chuột thành que diêm. Nghiền nát hạt vừng. Dùng tay xé que surimi thành dải.

c) Trộn tất cả các nguyên liệu làm nước sốt lại với nhau để làm nước sốt.

d) Ngay trước khi ăn, xếp rau diếp vào tô. Trộn tất cả mọi thứ lại với nhau, kể cả nước sốt và hạt vừng.

## 78. Chả Bò Hàn Quốc/ Tteokgalbi

## THÀNH PHẦN:
- 1 củ hành tây
- ½ củ cà rốt
- 600 g (1 lb 5 oz ) thịt bò băm
- 6 muỗng canh nước tương
- 4 thìa đường
- 2 muỗng canh xi-rô gừng
- 1 muỗng canh dầu mè
- 1 thìa cà phê muối
- 1 nhúm hạt tiêu
- 1 lòng đỏ trứng
- 1 thìa canh nước Hẹ
- hạt thông

## HƯỚNG DẪN:
a) Cắt nhỏ hành tây và cà rốt. Dùng khăn giấy vỗ nhẹ vào thịt để loại bỏ máu thừa. Trộn thịt với hành tây, cà rốt, nước tương, đường, si-rô gừng, dầu mè, muối, tiêu và lòng đỏ trứng cho đến khi hòa quyện. Kết cấu phải giống như một hỗn hợp sệt.

b) Chia thành sáu phần. Dùng tay ấn phẳng từng phần để có được những miếng chả có hình dạng đều nhau dày khoảng 1 cm (½ inch). Dùng ngón tay cái ấn vào giữa mỗi miếng bánh để tạo vết lõm.

c) Làm nóng chảo rán. Khi trời nóng, đặt miếng chả vào chảo với mặt lõm hướng lên trên. Nấu tổng cộng 5 phút, đảo thường xuyên để thịt không bị cháy. Thêm nước. Đậy nắp và nấu trong 10 phút, lật nửa chừng.

d) Dọn lên một lớp hẹ và rắc một ít hạt thông nghiền nát.

## 79. Sườn nướng thái lát mỏng/La Galbi

**THÀNH PHẦN:**
- 1 kg (2 lb 4 oz ) sườn bò ngắn có xương, cắt thành lát mỏng
- Tỏi tây 20 cm (8 inch) (phần trắng)
- 1 quả kiwi
- Nước xốt thịt nướng
- 3 muỗng canh nước tương
- 1 muỗng canh dầu mè

**HƯỚNG DẪN:**

a) Ngâm thịt vào tô nước lạnh và để trong 2 giờ, thay nước 30 phút một lần trước khi để ráo nước.

b) Cắt tỏi tây thành bốn miếng, sau đó cắt từng miếng làm đôi theo chiều dọc. Gọt vỏ và xay nhuyễn quả Kiwi trong máy xay thực phẩm nhỏ. Đổ nước xốt thịt nướng, nước tương, kiwi và dầu mè lên thịt và trộn đều. Trộn với tỏi tây. Để yên trong tủ lạnh ít nhất 12 giờ.

c) Đun nóng chảo gang hoặc chảo rán ở nhiệt độ cao. Đặt các lát thịt và miếng tỏi tây vào chảo. Nấu trong 7 phút mỗi bên trên lửa vừa.

d) Dùng kéo cắt thịt giữa các miếng xương trước khi dùng. Bạn có thể ăn món này như ssambap nếu muốn hoặc đơn giản là ăn với cơm và kim chi bắp cải.

## 80. Salad xà lách sốt kim chi/ Sangchu-Geotjeori

**THÀNH PHẦN:**
- ½ rau diếp
- ½ củ hành tây
- ½ củ cà rốt
- 1 muỗng canh gochugaru bột ớt
- 2 muỗng canh nước tương
- 1 muỗng canh nước sốt cá cơm lên men
- 3 muỗng canh táo hoặc giấm táo
- 2 thìa đường
- 1 thìa cà phê bột tỏi
- 1 muỗng canh dầu mè
- ½ muỗng canh hạt vừng

**HƯỚNG DẪN:**

a) Rửa sạch xà lách, để ráo nước và xé lá thật nhuyễn. Hành tây thái mỏng rồi ngâm vào tô nước có pha vài giọt giấm. Để ngâm trong 5 phút trước khi ráo nước. Cắt cà rốt thành que diêm.

b) Trộn xà lách với hành tây, cà rốt, gochugaru, nước tương, nước sốt cá cơm lên men, giấm táo, đường, bột tỏi, dầu mè và hạt vừng. Phục vụ.

## 81.Salad tỏi tây/Pa- Muchim

## THÀNH PHẦN:
- 4 tỏi tây (phần trắng)
- 1 muỗng canh gochugaru bột ớt
- 2 muỗng canh nước tương
- 1 muỗng canh nước sốt cá cơm lên men
- 4 muỗng canh táo hoặc giấm táo
- 2 thìa đường
- ½ thìa cà phê bột tỏi
- 1 muỗng canh dầu mè
- ½ muỗng canh hạt vừng

## HƯỚNG DẪN:
a) Rửa sạch lòng trắng tỏi tây. Cắt chúng làm đôi theo chiều dọc.
b) Chia lá trong và lá ngoài thành hai chồng. Gấp mỗi đống làm đôi, sau đó thái nhỏ theo chiều dọc. Ngâm những dải tỏi tây mỏng vào tô nước có pha vài giọt giấm. Để ngâm trong 10 phút trước khi ráo nước.
c) Cho tỏi tây, gochugaru , nước tương, nước sốt cá cơm lên men, giấm táo, đường, bột tỏi, dầu mè và hạt vừng vào tô. Phục vụ.

## 82. Trứng tráng và Bát cá ngừ/ Chamchi -Mayo- Deobpab

## THÀNH PHẦN:

- 2 quả trứng
- 2 lá xà lách
- ¼ gim tấm rong biển ( nori )
- 80 g (2¾ oz ) cá ngừ thái miếng trong dầu hướng dương
- ½ muỗng cà phê đường
- 1½ muỗng canh nước tương
- ½ thìa cà phê gochugaru bột ớt
- ½ thìa cà phê bột tỏi
- 180 g (6½ oz ) cơm trắng nấu chín, nóng
- 2 muỗng canh sốt mayonnaise Dầu thực vật trung tính Muối và tiêu

## HƯỚNG DẪN:

a) Đánh trứng thật đều và nêm muối và hạt tiêu. Làm nóng chảo mỡ bằng dầu thực vật. Đổ trứng vào và khuấy đều để làm món trứng tráng. Để qua một bên.

b) Cắt lá rau diếp và tấm rong biển thành dải mỏng. Để ráo cá ngừ, để lại một ít dầu. Trộn cá ngừ và dầu dành riêng trong tô cùng với đường, ½ thìa nước tương, gochugaru và bột tỏi.

c) Xếp cơm và sau đó là rau diếp vào tô phục vụ và rưới 1 muỗng canh nước tương. Thêm trứng tráng , sau đó là cá ngừ. Rắc nhiều sốt mayonnaise và kết thúc bằng cách rắc rong biển gim .

d) Ăn mà không trộn lẫn bằng cách cố gắng lấy một ít nguyên liệu trong một miếng duy nhất.

## 83.Thịt bò Japchae / Japchae

**THÀNH PHẦN:**
- 200 g (7 oz ) miến khoai lang
- 300 g (10½ oz ) thịt bò bít tết dày
- 6 muỗng canh nước tương
- 4 thìa đường
- 1½ muỗng cà phê bột tỏi
- 1 thìa cà phê hạt tiêu
- 1 quả ớt chuông đỏ (tiêu)
- 1 củ cà rốt
- ½ quả bí xanh ( bí xanh )
- 4 nấm pyogo (shiitake) hoặc nấm sò
- ½ củ hành tây
- Tỏi tây 3 cm (1¼ inch) (phần trắng)
- 1 quả trứng
- 100 ml (ít ½ cốc) nước
- 4 muỗng canh dầu mè
- ½ muỗng canh hạt vừng
- 5 củ tỏi
- Dầu thực vật trung tính
- Muối

**HƯỚNG DẪN:**
a) Miến khoai lang ngâm trong nước lạnh khoảng 2 tiếng thì vớt ra để ráo.
b) Cắt thịt thành dải mỏng. Ướp với 2 thìa nước tương, 1 thìa đường, ½ thìa bột tỏi và ½ thìa tiêu trong khi chuẩn bị các phần còn lại của món ăn.
c) Cắt ớt chuông, cà rốt và bí xanh thành que diêm. Cắt mỏng nấm và hành tây. Cắt nhỏ tỏi tây. Đánh trứng với một chút muối. Nấu một món trứng tráng mỏng trên chảo dầu nóng. Để nguội, cuộn nhẹ và cắt thành từng dải mỏng.
d) Đun nóng thêm dầu thực vật trong chảo trên lửa cao. Xào cà rốt và bí xanh, nêm một chút muối. Khi rau đã mềm một chút, đặt chúng vào một cái bát. Làm tương tự với ớt chuông, sau đó là nấm, sau đó là hành tây. Xào thịt đã ướp trong 5 phút. Đặt mọi thứ sang một bên trong cùng một cái bát.
e) Chuẩn bị nước sốt. Trộn nước, 4 thìa nước tương, 3 thìa đường, 1 thìa bột tỏi và

f) ½ muỗng cà phê hạt tiêu. Đun nóng 2 thìa dầu mè và tỏi tây cắt nhỏ trong chảo lớn trên lửa vừa. Khi tỏi tây có mùi thơm thì cho bún và nước sốt vào. Nấu, khuấy trong 5 phút.
g) Đổ bún nóng vào bát rau. Cắt bún bằng kéo, theo hướng này rồi sang hướng khác. Cho hạt mè và 2 thìa dầu mè vào rồi dùng tay trộn nhẹ nhàng khi bún đã nguội một chút.
h) Xếp japchae ra đĩa. Phủ các dải trứng tráng lên trên japchae và trang trí với hẹ tỏi băm nhỏ.

## 84. Bún rong biển chiên/ Gimmari

**THÀNH PHẦN:**
- 100 g (3½ oz) miến khoai lang
- cà rốt
- 1 nhánh hành lá (không có củ)
- 1 lít (4 cốc) dầu thực vật trung tính, cộng thêm cho rau
- 2 muỗng canh nước tương
- ½ thìa đường
- ½ muỗng canh dầu mè
- ½ thìa cà phê tiêu
- 1½ muỗng cà phê muối
- 4 tấm rong biển gim (nori)
- 50 g (1¾ oz) bột mì thường (đa năng)
- 300 g (10½ oz) bột chiên Hàn Quốc

## HƯỚNG DẪN:

a) Miến ngâm nước lạnh 2 tiếng cho nở.
b) Cắt nhỏ cà rốt và hành lá. Xào chúng trong 3 phút một chút
c) thực vật . Luộc bún trong nước sôi trong 3 phút. sử dụng
d) một cái chao, làm mới chúng bằng nước lạnh, sau đó để ráo nước. Đặt chúng
e) trong một cái bát và cắt bằng kéo hai lần, tạo thành hình chữ thập. Trộn với
f) rau xào, xì dầu, đường, dầu mè, tiêu và 1 thìa cà phê
g) của muối.
h) Cắt từng tấm rong biển gim thành bốn hình chữ nhật, cắt dọc rồi cắt chéo. Đặt một miếng rong biển hình chữ nhật lên mặt bàn, mặt thô hướng lên trên. Xếp một ít hỗn hợp bún theo chiều rộng,
i) ở dưới giữa một chút. Dùng nước lạnh làm ẩm một dải 1,5 cm (⅝ inch) ở đầu tấm vải. Cuộn lại thật chặt. Phần bị ẩm sẽ dính và đóng cuộn lại. Làm tương tự cho tất cả các tấm rong biển.
j) Trộn bột mì với ½ thìa muối. Đun nóng dầu đến 170°C (340°F). Để kiểm tra nhiệt độ, hãy cho một giọt bột rơi vào dầu: nếu bột nổi ngay lên bề mặt thì nhiệt độ đã đúng. Phủ nhẹ bột mì lên các cuộn rong biển, đảm bảo chúng được phủ đều rồi nhúng vào bột chiên. Dùng kẹp nhúng từng cuộn vào dầu, di chuyển qua lại hai hoặc ba lần trước khi thả vào dầu.
k) Chiên khoảng 4 phút. Quá trình nấu hoàn tất khi bánh rán có màu vàng nâu. Lấy bánh rán ra khỏi dầu và cho vào chao để ráo nước ít nhất 5 phút. Chiên trong dầu lại trong 2 phút và để ráo nước .
l) Ăn nóng, chấm với sốt Tuigim hoặc ăn kèm bánh tteokbokki xào tương ớt .

## 85. Mat Ganjang / Mat Ganjang

## THÀNH PHẦN:
- ¼ củ hành
- ¼ củ cải
- 2 lá tỏi tây xanh
- 1 quả chanh
- 1 quả táo
- 4 tép tỏi
- 170ml nước tương
- 130ml (½ cốc) nước
- 65 ml (¼ cốc) rượu trắng (soju hoặc gin)
- 1 muỗng canh nước sốt cá cơm lên men
- 10 hạt tiêu đen lớn

## HƯỚNG DẪN:
a) Gọt vỏ hành tây và củ cải. Cắt nhỏ lá tỏi tây. Cắt những lát chanh mỏng và những lát táo mỏng. Bóc vỏ tỏi.

b) Cho nước tương, nước, rượu, nước mắm cá cơm lên men, củ cải, tỏi tây, hành tây, tỏi và hạt tiêu vào nồi đun sôi, đậy nắp lại. Đun nhỏ lửa trong 10 phút trên lửa vừa. Thêm chanh và táo vào đun nhỏ lửa trong 10 phút, đậy nắp.

c) Tắt lửa và tháo nắp. Để nguội trong 15 phút. Lọc nước sốt bằng lưới lọc mịn. Nghiền nát các nguyên liệu để lấy được càng nhiều nước càng tốt, sau đó bỏ đi. Đổ nước sốt vào lọ hoặc chai đã khử trùng trước.

d) Để nguội đến nhiệt độ phòng trước khi đóng lọ hoặc chai.

e) Bảo quản được khoảng 3 tuần trong tủ lạnh.

## 86. Gà om Hàn Quốc/ Dakbokkeumtang

## THÀNH PHẦN:
- 1,2 kg (2 lb 10 oz ) gà nguyên con
- 2 thìa đường
- 2 muỗng canh xi-rô gừng
- 4 củ khoai tây vừa
- 2 củ cà rốt
- 1 củ hành tây
- Tỏi tây 10 cm (4 inch) (phần trắng)
- 100 g (3½ oz ) nước sốt cay
- 100 ml (ít ½ cốc) nước tương
- 400 ml (1½ cốc) nước
- 100 ml (ít ½ cốc) rượu trắng (soju hoặc gin)

## HƯỚNG DẪN:
a) Làm sạch gà để loại bỏ lông hoặc lông còn sót lại. Loại bỏ phần mỡ và da thừa bằng kéo và loại bỏ mũi của người phân tích. Cắt qua cổ để cắt gà làm đôi theo chiều dọc. Cắt bỏ cánh, đùi và đùi. Cắt mỗi nửa con gà làm hai hoặc ba chiều ngang, để lại phần ức gà dính vào thân thịt.

b) Kết hợp thịt gà cắt nhỏ với đường và xi-rô gừng. Để yên trong 20 phút. Trong khi đó, gọt vỏ và cắt khoai tây làm đôi, cà rốt thành từng đoạn 2 cm (¾ inch) và hành tây làm tư. Cắt tỏi tây thành miếng 2 cm (¾ inch).

c) Sau 20 phút để yên, thêm nước xốt cay và nước tương vào gà. Trộn đều để gà thấm nước sốt. Cho gà vào nồi, thêm khoai tây, cà rốt, hành tây, nước và rượu. Đun sôi và nấu, đậy nắp, đun trên lửa lớn trong 10 phút, sau đó khuấy đều. Chuyển sang lửa vừa và mở nắp nhẹ. Để sôi trong 30 phút, khuấy thường xuyên. Thêm tỏi tây và đun nhỏ lửa thêm 10 phút nữa.

## 87.Thịt bò Jangjorim / Sogogi jangjorim

**THÀNH PHẦN:**
- 1 kg (2 lb 4 oz ) thịt bít tết ( onglet )
- 2 lít (8 cốc) nước
- 100 ml (ít ½ cốc) rượu trắng (soju hoặc gin)
- 3 lá tỏi tây xanh
- 1 củ hành tây
- 20 hạt tiêu đen lớn
- 50 g (1¾ oz ) tép tỏi
- 10 g (¼ oz ) gừng tươi
- 200 ml (¾ cốc) nước tương
- 50 g (1¾ oz ) đường

**HƯỚNG DẪN:**

a) Cắt thịt thành từng miếng rộng khoảng 15 cm (6 inch). Ngâm trong nước lạnh 1 tiếng rưỡi cho hết máu, 30 phút thay nước một lần. Đun sôi nước trong nồi. Nhúng miếng thịt vào nước sôi khoảng 5 phút rồi vớt ra rửa sạch dưới vòi nước, chú ý loại bỏ máu đông.

b) Đổ 2 lít (8 cốc) nước và rượu vào nồi. Cho lá tỏi tây, toàn bộ hành tây, hạt tiêu, tỏi và gừng đã gọt vỏ vào túi vải muslin bằng vải cotton. Đặt túi vào nồi và đun sôi. Thêm thịt. Đun nhỏ lửa trong 50 phút ở lửa vừa, đậy nắp một phần.

c) Lấy túi vải muslin ra và vứt bỏ những thứ bên trong. Để riêng thịt và nước dùng. Để nước dùng nguội cho đến khi mỡ đông lại trên bề mặt thì lọc qua rây mịn để loại bỏ mỡ. Dùng tay xé thịt theo hướng các thớ cơ để thu được các dải dày khoảng 5 mm (¼ inch).

d) Cho 800 ml (3¼ cốc) nước dùng, nước tương, đường và thịt vào nồi đun sôi. Nấu trong 25 phút trên lửa vừa. Đổ thịt và nước trái cây vào hộp đã tiệt trùng trước cái lọ . Để nguội đến nhiệt độ phòng. Thịt bò này giữ được 2 tuần trong tủ lạnh. Dùng như một món ăn kèm hoặc làm nhân, để nguội hoặc hơi ấm.

## 88.Dưa chuột muối tương/Oi Jangajji

## THÀNH PHẦN:
- 5 hoặc 6 quả dưa chuột con
- 1 nắm muối biển thô
- 150 ml (½ cốc) nước tương
- 150 ml (nặng ½ cốc) giấm trắng
- 300 ml (1¼ cốc) bia
- 75 g (2½ oz ) đường

## HƯỚNG DẪN:
a) Chà dưa chuột với muối biển thô. Rửa sạch chúng dưới nước và lau khô bằng khăn giấy.

b) Khử trùng bình. Đổ nước vào nồi và đặt lọ lộn ngược. Đun nóng ở nhiệt độ cao và đun sôi trong 5 phút. Nhấc lọ bằng găng tay lò nướng và lau khô khi nó nguội một chút.

c) Chuẩn bị nước xốt. Đổ nước tương, giấm, bia và đường vào nồi. Đun sôi và nấu, không đậy nắp, trong 5 phút ở nhiệt độ cao.

d) Đặt dưa chuột vào lọ khử trùng , đóng gói càng chặt càng tốt. Dùng muôi đổ nước xốt nóng trực tiếp lên dưa chuột. Đẩy dưa chuột xuống một chút bằng thìa. Để nguội đến nhiệt độ phòng. Đóng lọ và bảo quản trong tủ lạnh.

e) Những món dưa chua này có thể ăn được sau 1 tuần để yên và có thể bảo quản được ít nhất 3 tháng.

## 89.Kimchi Gimbap /Kimchi- Kimbap

**THÀNH PHẦN:**
- 200 g (7 oz) kim chi bắp cải Trung Quốc
- 3 thìa cà phê đường
- quả dưa chuột
- 2½ muỗng cà phê muối, cộng thêm để làm gia vị
- 3 quả trứng
- 1 thìa cà phê bột tỏi
- 2 củ cà rốt
- 5 que surimi (cua)
- ½ muỗng canh nước tương
- 300 g (10½ oz) cơm trắng nấu chín, còn ấm
- 2 tấm rong biển gim lớn (nori)
- 2 lát chân giò Dầu mè
- Dầu thực vật trung tính
- Hạt mè

## HƯỚNG DẪN:

a) Kim chi rửa sạch, dùng tay bóp cho hết nước, sau đó cắt thành từng miếng nhỏ. Trộn nó với 2 muỗng cà phê dầu mè và 1 muỗng cà phê đường cho đến khi hòa quyện. Cắt dưa chuột thành que diêm, trộn với ½ thìa muối, trộn đều và dùng tay ấn cho ra bớt nước thừa.

b) Đánh trứng. Nêm 1 chút muối và bột tỏi. Làm 2 món trứng tráng thật mỏng trên chảo dầu nóng rồi đặt sang một bên. Cắt cà rốt thành que diêm. Xào cà rốt trong chảo dầu nóng trong 3 phút và nêm 1 chút muối rồi đặt sang một bên. Dùng tay xé nhỏ que surimi rồi xào trong chảo dầu nóng trong 3 phút, thêm 2 thìa cà phê đường và nước tương trong khi chiên. Trộn cơm với ½ thìa dầu mè và 2 thìa muối còn lại (A).

c) Để tạo thành cuộn bánh đầu tiên, đặt 1 tấm rong biển lên mành tre (gimbal hoặc makisu), mặt thô hướng lên trên. Phủ rong biển bằng một lớp cơm mỏng dàn đều. Xếp 1 lát giăm bông lên trên cơm, cắt sao cho phủ kín bề mặt tấm giấy ở phía dưới. Đặt trứng tráng lên trên, cắt theo cách tương tự. Ở giữa món trứng tráng, đặt một ít dưa chuột, surimi, cà rốt và kim chi cạnh nhau.

d) Dùng tấm lót (BC) gấp phần dưới của tấm lại để bọc nguyên liệu, ấn mạnh để cơm dính vào mặt ngoài của rong biển.

e) Ở mép trên của tấm rong biển, vò nát vài hạt gạo để giúp miếng gimbap được đóng kín (D). Lặp lại quá trình cho đến khi tờ giấy được cuộn hoàn toàn. Dùng chổi quét bánh ngọt phết một lớp dầu mè lên mặt trên của cuộn bánh.

f) Cắt cuộn thành từng đoạn dày 1 cm (½ inch) (E). Lặp lại cho cuộn thứ hai. Rắc vừng lên và thưởng thức (F).

# SỐT CÁ CƠ LÊN MEN

## 90.Bánh xèo kim chi/ Kimchijeon

## THÀNH PHẦN:
- 500 g (1 lb 2 oz) kim chi bắp cải Trung Quốc
- 2 thìa cà phê gochugaru bột ớt
- 2 muỗng canh nước sốt cá cơm lên men
- 650 g (1 lb 7 oz) bột bánh pancake Hàn Quốc
- Dầu thực vật trung tính

## HƯỚNG DẪN:
a) Dùng kéo cắt kim chi thành từng miếng nhỏ rồi cho vào tô mà không để ráo nước. Thêm gochugaru bột ớt và nước mắm cá cơm lên men. Thêm bột pancake và trộn đều.

b) Phủ một lớp dầu thực vật lên chảo rán và đun nóng ở nhiệt độ cao. Trải một lớp bột kim chi mỏng dưới đáy chảo. Dùng thìa nhấc bột ra khỏi đáy chảo ngay lập tức để bột không bị dính. Ngay khi các cạnh bắt đầu chuyển sang màu nâu và bề mặt hơi se lại, hãy lật bánh lại.

c) Nấu mặt còn lại trên lửa cao thêm 4 phút. Lặp lại cho mỗi chiếc bánh.

d) Thưởng thức cùng nước sốt bánh xèo Hàn Quốc hoặc nước tương hành ngâm dưa chua.

## 91. Thịt bò với nấm và bí xanh

## THÀNH PHẦN:
- 150 g (5½ oz) gạo trắng hạt ngắn
- 200 g (7 oz) thịt bò băm
- ½ muỗng canh nước sốt cá cơm lên men
- ½ thìa đường
- ½ thìa cà phê bột tỏi
- 1 muỗng cà phê rượu trắng (soju hoặc gin)
- ½ củ hành tây
- 1 củ cà rốt
- 2 nấm pyogo (nấm shiitake) hoặc nấm nút
- ½ quả bí xanh (bí xanh)
- 1,2 lít (5 cốc) nước
- Muối để nếm

## HƯỚNG DẪN:
a) Vo gạo ba lần. Ngâm ít nhất 45 phút trong nước lạnh.
b) Trong khi đó, dùng khăn giấy vỗ nhẹ vào thịt bò để loại bỏ máu thừa. Trộn thịt bò với nước mắm cá cơm, đường, bột tỏi và rượu. Đặt sang một bên trong 20 phút.
c) Cắt nhỏ hành tây, cà rốt, nấm và bí xanh.
d) Xả gạo.
e) Đun nóng một cái chảo. Khi còn nóng, xào thịt trong vài phút, nhớ dùng thìa tách thịt thành từng miếng nhỏ. Cho gạo và 500 ml (2 cốc) nước vào. Đun sôi. Giảm nhiệt xuống mức trung bình, khuấy đều trong 20 phút. Thêm rau. Thêm dần dần lượng nước còn lại trong 30 phút tiếp theo trên lửa nhỏ, khuấy đều. Mùa muối.

## 92. Bí ngòi xào / Hobak-Namul

## THÀNH PHẦN:
- 2 quả bí xanh ( bí xanh )
- ½ củ hành tây
- ½ củ cà rốt
- 2 tép tỏi
- 2 muỗng canh dầu thực vật trung tính
- 2 muỗng cà phê nước sốt cá cơm lên men
- 1 muỗng cà phê dầu mè
- ½ muỗng cà phê hạt vừng Muối

## HƯỚNG DẪN:
a) Cắt bí xanh làm đôi theo chiều dọc, sau đó thành hình bán nguyệt dày 5 mm ( ¼ inch ). Cắt mỏng hành tây và cắt cà rốt thành que diêm. Nghiền nát tỏi.
b) Phủ một lớp dầu thực vật lên đáy chảo rồi xào tỏi trên lửa cao cho đến khi có mùi thơm. Thêm hành tây và cà rốt. Xào cho đến khi hành tây bắt đầu trở nên trong suốt. Thêm bí xanh và nước sốt cá cơm lên men. Xào trong 3 đến 5 phút. Bí xanh sẽ vẫn hơi giòn. Nếm thử và thêm muối cho vừa ăn.
c) Tắt bếp, thêm dầu mè và hạt vừng vào. Trộn đều nhẹ nhàng trên chảo khi còn nóng. Thưởng thức nóng hoặc lạnh.

## 93.bắp cải Trung Quốc / Baechu -Kimchi

## THÀNH PHẦN:
### NƯỚC MUỐI
- 2 bắp cải Trung Quốc, mỗi cái khoảng 1,8 kg (4 lb)
- 350 g (12 oz) muối biển thô
- 2 lít (8 cốc) nước

### GIA VỊ
- 300 ml (1¼ cốc) nước
- 15 g (½ oz) bột gạo
- 100 g (3½ oz) gochugaru bột ớt
- 10 g (¼ oz) gừng
- 1 củ hành tây nhỏ
- 1 quả lê
- 70 g (2½ oz) nước sốt cá cơm lên men
- 50 g (1¾ oz) đường
- 80 g (2¾ oz) tỏi, nghiền nát
- 1 bó hành lá (hành lá)
- 400 g (14 oz) củ cải trắng (daikon)
- Muối biển

## HƯỚNG DẪN:
a) Nhẹ nhàng cắt và loại bỏ phần đầu cứng của bắp cải, đảm bảo các lá vẫn dính vào nhau. Cắt bắp cải Trung Quốc thành từng phần tư. Để làm điều này, hãy sử dụng một con dao dài và rất sắc. Bắt đầu từ phần gốc, cắt từng bắp cải 2/3 lên trên. Tách hai phần bằng tay (A), xé phần trên của lá. Làm tương tự cho hai nửa để có được 4/4 bắp cải. Pha loãng 200 g (7 oz) muối biển thô trong

b) 2 lít (8 cốc) nước, khuấy mạnh để tạo thành nước muối. Nhúng từng bắp cải vào nước muối, đảm bảo chúng được làm ẩm tốt. Rải một nắm muối còn lại vào giữa các lá xung quanh phần gốc cứng của mỗi bắp cải.

c) Đặt các phần bắp cải vào thùng chứa với lượng nước muối còn lại và mặt trong của lá hướng lên trên. Để từ 3 đến 5 giờ, kiểm tra độ đàn hồi của lá ở gần cuối. Nếu phần gốc cứng của lá uốn cong giữa hai ngón tay mà không bị gãy thì việc ngâm nước muối đã hoàn tất. Rửa sạch bắp cải ba lần liên tiếp, sau đó để ráo nước trong tối thiểu 1 giờ.

d) Chuẩn bị súp bột gạo (B). Đổ 300 ml (1¼ cốc) nước và bột gạo vào nồi. Khuấy và đun sôi, khuấy đều, sau đó giảm nhiệt trong khi tiếp tục khuấy trong khoảng 10 phút. Để nguội rồi trộn với gochugaru bột ớt (C).

e) Nghiền nhuyễn gừng, hành tây và nửa quả lê trong máy xay thực phẩm nhỏ. Khuấy hỗn hợp này vào hỗn hợp bột gạo. Thêm nước sốt cá cơm (D), đường, tỏi nghiền và hành lá đã cắt làm bốn chiều ngang và hai chiều dọc. Cắt củ cải trắng và nửa quả lê còn lại thành que diêm rồi cho vào hỗn hợp. Kết thúc gia vị bằng muối biển nếu cần.

f) Quét nước xốt (E) lên từng phần bắp cải, kể cả giữa các lá. Đặt từng miếng bắp cải sao cho các lá bên ngoài hướng xuống dưới trong hộp kín (F). Chỉ đổ đầy đến 70%. Đắp lá bắp cải đơn độc bằng nước xốt, dùng màng bọc thực phẩm bọc lại và đậy kín bằng nắp. Để trong 24 giờ trong bóng tối ở nhiệt độ phòng và sau đó bảo quản trong tủ lạnh tối đa 6 tháng.

# 94. Kim chi dưa leo/Oi- Sobagi

**THÀNH PHẦN:**
**NƯỚC MUỐI**
- 15 quả dưa chuột non(1,5 kg/3 lb 5 oz )
- 100 g (3½ oz ) muối biển thô, cộng thêm để làm sạch dưa chuột
- 1 lít (4 cốc) nước

**GIA VỊ**
- 60 g (2¼ oz ) bột gạo

**CANH**
- 80 g (2¾ oz ) hẹ
- 2 củ hành lá (hành lá)
- 50 g (1¾ oz ) tép tỏi
- 50 g (1¾ oz ) gochugaru bột ớt
- 50 g (1¾ oz ) nước sốt cá cơm lên men
- Muối biển

## HƯỚNG DẪN:

a) Chuẩn bị dưa chuột non: cắt đầu dưa chuột cỡ 5 mm (¼ inch) và rửa dưới nước lạnh, chà xát với muối thô để loại bỏ tạp chất trên da. Đặt trong một bát lớn. Trộn muối biển thô với

b) 1 lít (4 cốc) nước cho đến khi muối tan rồi đổ lên dưa chuột. Để yên từ 5 đến 8 giờ, lật dưa chuột từ trên xuống dưới cứ sau 90 phút. Để kiểm tra xem nước muối đã chín chưa, hãy nhẹ nhàng gấp quả dưa chuột lại. Nó phải dẻo dai và uốn cong được mà không bị gãy. Rửa dưa chuột hai lần bằng nước sạch và lau khô.

c) Chuẩn bị nước xốt bằng cách cho súp bột gạo vào tô. Rửa sạch và cắt hẹ thành miếng 1 cm (½ inch). Cắt hành lá thành từng que diêm và cắt đôi thân hành theo chiều dọc, sau đó thành từng đoạn 1 cm (½ inch). Nghiền nát tỏi. Trộn rau với súp bột gạo và thêm gochugaru và nước sốt cá cơm lên men. Nêm thêm muối biển nếu cần.

d) Cắt dưa chuột. Để làm điều này, hãy đặt từng quả dưa chuột lên một tấm ván và cắt thành hai phần bằng cách đặt đầu dao cách đầu 1 cm (½ inch) và nhẹ nhàng cắt một đường. Khi lưỡi dao chạm thớt thì lấy dưa chuột, xoay và di chuyển lên trên lưỡi dao để tách đều. Thực hiện tương tự với mặt thứ hai để dưa chuột được cắt thành bốn que vẫn còn dính vào đế. Đổ 1 hoặc 2 nhúm nước xốt vào mỗi quả dưa chuột. Xoa nước xốt vào bên ngoài dưa chuột.

e) Đổ dưa chuột vào thùng kín khoảng 70%, đặt chúng phẳng đẹp và tạo thành nhiều lớp. Che lại bằng màng bọc thực phẩm và đóng nắp thật chặt. Để ở nhiệt độ phòng trong 24 giờ tránh ánh sáng mặt trời, sau đó bảo quản trong tủ lạnh. Món kim chi này có thể ăn tươi hoặc lên men từ ngày hôm sau. Dưa chuột sẽ giữ được độ giòn trong khoảng 2 tháng.

## 95.Kim chi củ cải trắng/ Kkakdugi

## THÀNH PHẦN:
**NƯỚC MUỐI**
- 1,5 kg (3 lb 5 oz ) củ cải trắng (daikon), củ cải đen hoặc củ cải đã gọt vỏ
- 40 g (1½ oz ) muối biển thô
- 50 g (1¾ oz ) đường
- 250 ml (1 cốc) nước có ga

**GIA VỊ**
- 60 g (2¼ oz ) gochugaru bột ớt
- 110 g (3¾ oz ) súp bột mì thường (đa dụng)
- ½ quả lê
- ½ củ hành tây
- 50 g (1¾ oz ) nước sốt cá cơm lên men
- 60 g (2¼ oz ) tép tỏi
- 1 thìa cà phê gừng xay
- Tỏi tây 5 cm (2 inch) (phần trắng)
- ½ thìa muối biển 2 thìa đường

## HƯỚNG DẪN:

a) Cắt củ cải thành từng miếng dày 1,2 cm (½ inch), sau đó chia mỗi phần thành 4 phần. Đặt chúng vào một cái bát và thêm muối biển thô, đường và nước có ga. Dùng tay trộn đều cho đường và muối thấm đều . Để yên khoảng 4 giờ ở nhiệt độ phòng. Khi các miếng củ cải trở nên đàn hồi là việc ngâm nước muối đã xong . Rửa sạch miếng củ cải một lần trong nước. Để chúng ráo nước trong tối thiểu 30 phút.

b) Để làm nước xốt, trộn gochugaru vào súp bột mì lạnh (kỹ thuật chuẩn bị tương tự như đối với súp bột gạo, trang 90). Nghiền nhuyễn quả lê, hành tây và nước sốt cá cơm lên men trong máy xay thực phẩm nhỏ rồi trộn với hỗn hợp bột mì gochugaru . Nghiền nát tỏi và khuấy đều với hỗn hợp cùng với gừng xay. Cắt tỏi tây thành lát mỏng và trộn vào hỗn hợp. Kết thúc việc nêm gia vị với muối biển và đường.

c) Kết hợp các miếng củ cải với nước xốt. Cho vào hộp kín, đổ đầy 70%. Che lại bằng màng bọc thực phẩm và ấn để loại bỏ càng nhiều không khí càng tốt. Đóng nắp thật chặt. Để trong 24 giờ trong bóng tối ở nhiệt độ phòng và sau đó bảo quản trong tủ lạnh tối đa 6 tháng. Hương vị của loại kim chi này ngon nhất khi được lên men kỹ, tức là sau khoảng 3 tuần.

## 96. Kimchi hẹ/Pa-Kimchi

## THÀNH PHẦN:
**NƯỚC MUỐI**
- 400 g (14 oz) hẹ tỏi
- 50 g (1¾ oz) nước sốt cá cơm lên men

**GIA VỊ**
- 40 g (1½ oz) gochugaru bột ớt
- 30 g (1 oz) súp bột gạo
- ¼ quả lê
- ¼ củ hành
- 25 g (1 oz) tép tỏi
- 1 muỗng canh chanh bảo quản
- ½ muỗng cà phê gừng xay
- 1 muỗng canh đường

## HƯỚNG DẪN:

a) Rửa sạch thân cây hẹ và loại bỏ rễ. Xếp bó hẹ, củ úp xuống, vào tô lớn. Đổ nước sốt cá cơm lên lá hẹ, đổ trực tiếp lên phần dưới cùng. Tất cả các thân cây phải được làm ẩm tốt. Dùng tay giúp dàn đều nước sốt, dàn đều từ dưới lên trên. Cứ sau 10 phút, di chuyển nước sốt theo cách tương tự từ đáy bát lên trên thân cây và tiếp tục làm như vậy trong 30 phút.

b) Khuấy bột ớt vào súp bột gạo. Nghiền nhuyễn quả lê và hành tây trong máy xay thực phẩm nhỏ và nghiền nát tỏi. Trộn với súp bột gạo. Đổ hỗn hợp vào tô chứa hẹ. Thêm chanh bảo quản, gừng xay và đường. Trộn bằng cách phủ từng cọng hẹ với nước xốt.

c) Cho vào hộp kín, đổ đầy 70%. Che lại bằng màng bọc thực phẩm và ấn để loại bỏ càng nhiều không khí càng tốt. Đóng nắp thật chặt. Để trong 24 giờ trong bóng tối ở nhiệt độ phòng và sau đó bảo quản trong tủ lạnh tối đa 1 tháng.

## 97.kim chi trắng

## THÀNH PHẦN:
### NƯỚC MUỐI
- 1 bắp cải Trung Quốc, khoảng 2 kg (4 lb 8 oz )
- 200 g (7 oz ) muối biển thô
- 1 lít (4 cốc) nước

### GIA VỊ
- ½ quả lê
- ½ củ hành tây
- 50 g (1¾ oz ) tép tỏi
- 60 g (2¼ oz ) súp bột gạo
- 600ml (2 cốc) nước khoáng
- 2 muỗng canh nước sốt cá cơm lên men
- 3 muỗng canh xi-rô gừng
- 1 muỗng canh muối biển

### ĐỔ ĐẦY
- 200 g (7 oz ) củ cải trắng (daikon), củ cải đen hoặc củ cải
- ½ quả lê
- ½ củ cà rốt
- quả ớt đỏ (tùy chọn) 5 nhánh tỏi 2 quả táo tàu khô
- 1 muỗng canh muối biển
- 1 muỗng canh đường

## HƯỚNG DẪN:
a) Nhẹ nhàng cắt và loại bỏ phần đầu cứng của bắp cải, đảm bảo các lá vẫn dính vào nhau. Cắt bắp cải làm tư. Để làm điều này, hãy sử dụng một con dao dài và rất sắc. Bắt đầu từ phần gốc, cắt bắp cải 2/3 lên trên.

b) Dùng tay tách riêng hai phần, xé phần trên của lá. Làm tương tự cho hai nửa để có được 4/4 bắp cải. Pha loãng 100 g (3½ oz ) muối biển thô trong 1 lít (4 cốc) nước, khuấy mạnh để tạo thành nước muối.

c) Nhúng từng bắp cải vào nước muối, đảm bảo chúng được làm ẩm tốt . Chia một nắm muối còn lại vào các lá xung quanh phần gốc cứng của mỗi bắp cải.

d) Đặt các phần bắp cải vào thùng chứa nước muối còn lại, mặt trong của lá hướng lên trên.

e) Để từ 3 đến 5 giờ, kiểm tra độ đàn hồi của lá ở gần cuối. Nếu phần gốc cứng của lá uốn cong giữa hai ngón tay mà không bị gãy thì việc ngâm nước muối đã hoàn tất. Rửa sạch bắp cải ba lần liên tiếp, sau đó để ráo nước trong tối thiểu 1 giờ.

f) Để làm nước xốt, hãy xay nhuyễn quả lê, hành tây và tỏi trong máy xay thực phẩm nhỏ. Đổ hỗn hợp đã trộn và súp bột gạo qua rây mịn đặt trên một cái bát, dùng muôi vừa ấn vừa thêm nước khoáng để chiết lấy nước cốt. Khi chỉ còn sợi trong sàng thì loại bỏ chúng. Nếu còn nước thì thêm vào nước ép đã lọc. Nêm nước sốt cá cơm lên men, xi-rô gừng và muối biển.

g) Để làm nhân, cắt củ cải, lê, cà rốt và ớt đỏ thành que diêm. Cắt hẹ thành từng miếng 5 cm (2 inch). Táo tàu bỏ hạt ở giữa và cắt thành que diêm. Trộn tất cả nguyên liệu với muối biển và đường.

h) Đặt 2 hoặc 3 nhúm nhân vào giữa mỗi lá bắp cải và gói từng phần bắp cải lại bằng chiếc lá cuối cùng bên ngoài để giữ nhân bên trong. Đặt bắp cải vào hộp kín, mặt trong của lá hướng lên trên và phủ nước xốt lên trên, đảm bảo không đổ quá 80%. Đóng nắp thật chặt.

i) Để trong 24 giờ trong bóng tối ở nhiệt độ phòng và sau đó bảo quản trong tủ lạnh tối đa 6 tháng. Bạn có thể ăn kim chi này sau 2 tuần.

## 98. lợn và kimchi xào/Kimchi- Jeyuk

**THÀNH PHẦN:**
- 600 g (1 lb 5 oz) thịt vai lợn không xương
- 3 thìa đường
- 350 g (12 oz) kim chi bắp cải
- Tỏi tây 10 cm (4 inch) (phần trắng)
- 50 ml (ít ¼ cốc) rượu trắng (soju hoặc gin)
- 40 g (1½ oz) vị cay

**GIA VỊ**
- 1 muỗng canh nước sốt cá cơm lên men

**ĐẬU HŨ**
- 200 g (7 oz) đậu phụ cứng
- 3 muỗng canh dầu thực vật trung tính
- Muối

**HƯỚNG DẪN:**

a) Cắt thịt lợn thành từng lát mỏng bằng dao thật sắc. Nó có thể được đông lạnh trong 4 giờ trước khi cắt lát. Ướp các lát thịt lợn trong đường trong 20 phút. Cắt bắp cải thành dải rộng 2 cm (¾ inch). Cắt tỏi tây thành các đoạn dày 1 cm (½ inch) theo đường chéo. Trộn kim chi, rượu trắng và nước ướp cay với thịt lợn.

b) Làm nóng chảo rán trên lửa cao rồi xào hỗn hợp thịt lợn và kim chi trong 30 phút. Thêm một ít nước trong khi nấu nếu hỗn hợp có vẻ quá khô. Thêm tỏi tây và xào thêm 10 phút nữa. Nêm nước sốt cá cơm lên men.

c) Trong khi đó, cắt đậu phụ thành hình chữ nhật 1,5 cm (⅝ inch). Làm nóng chảo rán có phủ dầu thực vật. Chiên trên lửa vừa cho đến khi tất cả các mặt đều vàng đều. Dùng thìa và thìa đảo miếng đậu phụ sao cho không bị nát. Nêm muối mỗi bên trong khi nấu. Sau khi nấu xong, để đậu phụ nguội trên khăn giấy.

d) Đặt một miếng kim chi và thịt lợn lên miếng đậu phụ hình chữ nhật và cùng ăn.

# 99.Kimchi hầm/Kimchi- Jjigae

**THÀNH PHẦN:**
- 500 g (1 lb 2 oz ) kim chi bắp cải Trung Quốc
- 300 g (10½ oz ) thịt vai lợn không xương
- 1 củ hành tây
- 1 củ hành lá (hành lá)
- 2 tép tỏi
- 200 g (7 oz ) đậu phụ cứng
- 1 thìa đường
- 2 muỗng canh nước sốt cá cơm lên men
- 500ml (2 cốc) nước

**HƯỚNG DẪN:**

a) Cắt kim chi thành dải rộng 2 cm (¾ inch). Cắt vai heo thành miếng vừa ăn. Cắt nhỏ hành tây. Cắt hành lá thành từng phần tư và thêm vào hành tây. Cắt cuống hành lá theo đường chéo và đặt sang một bên. Nghiền nát tỏi. Cắt đậu phụ cứng thành hình chữ nhật dày 1 cm (½ inch).

b) Đun nóng nồi trên lửa cao mà không cần dầu. Khi nóng, thêm kim chi và rắc đường. Đặt thịt heo lên trên và rưới đều nước sốt cá cơm. Thêm tỏi nghiền nát. Xào trong vài phút cho đến khi thịt lợn vàng và kim chi bắt đầu chuyển sang màu trong. Thêm nước và hành tây thái hạt lựu vào rồi trộn đều.

c) Để sôi trên lửa vừa trong 20 phút, không đậy nắp. Năm phút trước khi kết thúc nấu, nếm thử nước dùng và thêm nước sốt cá cơm lên men nếu cần. Thêm đậu phụ và cọng hành lá. Ăn nóng.

## 100. Salad bắp cải sốt kim chi / Baechu-Geotjeori

**THÀNH PHẦN:**
- 600 g (1 lb 5 oz ) bắp cải Trung Quốc
- 50 g (1¾ oz ) muối biển thô
- 1 lít (4 cốc) nước
- 4 nhánh hẹ tỏi (hoặc 2 nhánh hành lá/hành lá, không có củ)
- 1 củ cà rốt
- 1 thìa canh đường 50 g (1¾ oz ) cay

**GIA VỊ**
- 2 muỗng canh nước sốt cá cơm lên men
- ½ muỗng canh hạt vừng
- Muối biển

**HƯỚNG DẪN:**

a) Cắt bắp cải Trung Quốc thành miếng lớn vừa ăn. Hòa tan muối vào nước rồi ngâm bắp cải vào. Để yên trong 1 tiếng rưỡi.

b) Cắt hẹ thành từng miếng 5 cm ( 2 inch ). Nướng cà rốt.

c) Xả bắp cải. Rửa sạch ba lần liên tiếp, sau đó để ráo nước trong 30 phút. Trộn với đường, nước xốt cay, nước mắm cá cơm lên men, cà rốt và hẹ. Điều chỉnh gia vị bằng muối biển. Rắc hạt mè.

# PHẦN KẾT LUẬN

Khi kết thúc hành trình khám phá linh hồn ẩm thực Hàn Quốc, chúng tôi thấy mình không chỉ có bộ sưu tập các công thức nấu ăn mà còn có sự đánh giá sâu sắc hơn về di sản văn hóa được dệt nên trong mỗi món ăn. "Jang: Linh hồn của ẩm thực Hàn Quốc" mời gọi chúng ta thưởng thức tinh hoa vượt thời gian của Jang và vai trò của nó trong việc định hình nên bức tranh sống động của ẩm thực Hàn Quốc.

Khi chúng ta tạm biệt những trang sách chứa đầy cảm hứng ẩm thực này, cầu mong hương vị sẽ đọng lại trong vòm miệng của chúng ta và cầu mong tài năng nghệ thuật của Jang tiếp tục truyền cảm hứng cho cả những đầu bếp dày dạn kinh nghiệm cũng như những người nấu ăn tại gia. Hãy để cuộc khám phá này như một lời nhắc nhở rằng đằng sau mỗi món ăn là một câu chuyện và trong mỗi miếng ăn, chúng ta có thể nếm thử linh hồn của một nền văn hóa — một nền văn hóa tuyệt đẹp được gói gọn trong thế giới phong phú và đầy hương vị của ẩm thực Hàn Quốc.

www.ingramcontent.com/pod-product-compliance
Lightning Source LLC
Chambersburg PA
CBHW071327110526
44591CB00010B/1053